차례

- 부록 1　문법 및 표현
- 부록 2　속담
- 부록 3　관용표현
- 부록 4　감정 어휘 등급표
- 부록 5　주제별 어휘

부록 1 문법 및 표현

1	**-(으)나마나**	소용이 없음 = 이 약은 효과가 없으니 먹으나마나이다.
2	**-(으)니까**	새로운 사실을 발견 = 교실에 가니까 아무도 없었다.
3	**-(으)로 인해(서)**	원인, 이유 = 화재로 인해 많은 피해가 발생했다.
4	**-(으)로서**	신분, 자격 = 나는 너의 친구로서 충고하겠어.
5	**-(으)로써**	수단, 방법 = 대화로써 문제를 해결합시다.
6	**-(으)며**	나열 = 이 약은 효과가 빠르며 부작용도 적다.
7	**-(으)면**	조건이나 가정 = 도착하면 전화하세요.
8	**-(으)면서**	동시에 진행 = 음악을 들으면서 산책한다.
9	**(이)나**	둘 중에 하나를 선택 = 아침에 빵이나 김밥을 먹는다.
10	**(이)나**	수량이 많음 = 어제 몸이 아파서 14시간이나 잤다.
11	**(이)나**	최선은 아니지만 선택 = 심심한데 영화나 볼까?
12	**(이)라도**	최선은 아니지만 선택 = 심심한데 영화라도 볼까?
13	**같이**	정도가 비슷하거나 같음 = 경치가 그림같이 아름답다.
14	**-거나**	둘 중에 하나를 선택 = 시간이 있으면 영화를 보거나 음악을 듣는다.

15	**-거든**	상대가 모르고 있는 이유를 말해 줌 = 한국에서 오래 살았거든요. 그래서 한국말을 잘해요.
16	**-거든**	조건이나 가정 = 도착하거든 전화하세요.
17	**-게**	정도, 목적, 결과 = 재미있게 공부한다.
18	**-고 나서**	앞 동사를 끝낸 뒤 = 숙제하고 나서 쉰다.
19	**-고 말다**	부정적인 결과 = 결국 실패하고 말았다.
20	**-고 말다**	강한 의지 = 꼭 성공하고 말겠다.
21	**-고 보니**	행동을 한 후 새롭게 알게 된 것 = 이유를 듣고 보니 왜 그랬는지 알겠다.
22	**-고도**	예상과 반대되는 행동 = 그 사람은 잘못을 하고도 사과하지 않는다.
23	**-고 말고**	당연함, 동의함 = 네가 초대하면 당연히 가고 말고.
24	**-고서**	순서, 수단 = 약을 먹고서 감기가 나았어요.
25	**-고자**	목적, 의도 = 여러분에게 설명하고자 이 자리에 섰습니다.
26	**-곤 하다**	과거부터 반복해서 하는 행동 = 수업 시간에 떠들곤 한다.
27	**-곤 했다**	과거에 반복해서 했던 행동 = 수업 시간에 떠들곤 했다.
28	**-기 나름이다**	행동에 따라 달라질 수 있음 = 시험 결과는 공부하기 나름이다.

29	**-기 마련이다**	
	당연함을 나타냄 = 사람은 누구나 실수하기 마련이다.	
30	**-기 십상이다**	
	그렇게 되기 쉬움 = 공부는 안 하고 놀기만 하면 성적이 떨어지기 십상이다.	
31	**-기 위해**	
	목적, 의도 = 성공하기 위해 열심히 노력합니다.	
32	**-기 일쑤이다**	
	자주 그렇게 됨 = 신입 사원들은 실수하기 일쑤이다.	
33	**-기가 무섭게**	
	어떤 것이 끝나고 바로 다른 일 = 수업이 끝나기가 무섭게 집에 간다.	
34	**-기가 바쁘게**	
	어떤 것이 끝나고 바로 다른 일 = 수업이 끝나기가 바쁘게 집에 간다.	
35	**-기만 하면**	
	조건이 충족되면 같은 결과가 나타남 = 신청서를 쓰기만 하면 누구든지 참가할 수 있다.	
36	**-기에**	
	이유, 근거 = 비가 오기에 우산을 샀다.	
37	**까지**	
	범위의 끝 = 언제까지 숙제를 제출해요?	
38	**까지**	
	추가 = 눈이 오는데 바람까지 불어서 더 춥다.	
39	**-느니 (차라리)**	
	앞의 행위보다 뒤의 행위 선택 = 버스를 한 시간 기다리느니 택시를 타겠다.	
40	**-느라(고)**	
	이유 = 친구가 아파서 친구를 간호하느라(고) 숙제를 못했다.	
41	**-는 게 어때요?**	
	제안 = 다리가 아프면 조금 쉬는 게 어때요?	
42	**-는 길에**	
	가는 도중에, 오는 도중에 = 학교에 가는 길에 친구를 만났다.	

43	**-는 동안** 행위나 상태가 지속되고 있는 사이 = 친구를 기다리는 동안 커피를 한 잔 마셨다.
44	**-는 둥 마는 둥** 열심히 하지 않는 모습 = 걱정 때문에 밥을 먹는 둥 마는 둥 했다.
45	**-는 반면에** 반대되는 내용이 있음 = 노래를 잘하는 반면에 춤은 못 춘다.
46	**-는 통에** 부정적인 이유 = 옆방에서 시끄럽게 떠드는 통에 잠을 못 잤다.
47	**-는다더니** 들어서 알고 있는 내용을 근거로 하여 말함 = 열심히 공부한다더니 왜 공부를 안 하고 있어?
48	**-는 대로** 어떤 것이 끝나고 바로 = 수업이 끝나는 대로 집에 오세요.
49	**-다가** 상태나 행위가 중지되고 다른 상태나 행위로 바뀜 = 울다가 웃었다.
50	**-다보니** 반복된 행위의 결과 = 계속 먹다보니 한국 음식을 좋아하게 되었다.
51	**-다시피** 그 행위는 아니지만 비슷한 정도임 = 시험 기간이 되면 도서관에서 살다시피한다.
52	**-다시피** -는 것과 같이, -는 것처럼 = 여러분도 아시다시피 한글은 세종대왕이 만드셨습니다.
53	**-더니** 앞 행위 후 변화 = 그 사람이 열심히 공부하더니 시험에 합격했다.
54	**-더라도** 앞의 상황에 관계없이 = 비가 오더라도 운동회를 할 겁니다.
55	**더러** 에게 = 짝 활동을 누구더러 같이 하자고 할까?

56	**-던** 과거를 회상 = 여기가 내가 다니던 학교이다.
57	**-던** 행위의 미완성 = 이건 누가 마시던 커피예요?
58	**-도록** 방법 = 이 약은 하루에 세 번 먹도록 하세요.
59	**-도록** 정도 = 밤새도록 이야기했다.
60	**-든지** 선택 = 이번 방학에 경주에 가든지 부여에 가든지 할겁니다.
61	**-든지 말든지** 관계없음 = 가든지 말든지 네 마음대로 해.
62	**마저** 마지막의 것까지 포함 = 쓰나미 때문에 집도 차도 잃고, 가족마저 잃었다.
63	**-아/아서 그런지** 이유를 추측함 = 어제 늦게 자서 그런지 오늘은 피곤하다.
64	**-아/어 보니** 경험 후 알게 됨 = 먹어 보니 맛있네.
65	**-아/어 보이다** 겉으로 보고 추측, 판단 = 미용실에 갔다 왔어요? 예뻐 보여요.
66	**-아/어 봐야** 꼭 필요한 조건 = 직접 먹어 봐야 맛을 알지.
67	**-아/어 봐야** 소용없음 = 그 약은 먹어 봐야 효과가 없을 거예요.
68	**-아/어 봤자** 소용없음 = 그 약은 먹어 봤자 효과가 없을 거예요.
69	**-아/어 대다** 부정적인 반복 = 며칠 전부터 옆 방 사람들이 계속 떠들어 댄다.

70	**-아/어도**
	관계없음 = 이미 휴가를 냈기 때문에 날씨가 안 좋아도 여행을 갈 거예요.

71	**-아/어야**
	꼭 필요한 조건 = 열심히 공부해야 시험을 잘 볼 수 있어요.

72	**-아/어지다**
	변화 = 날씨가 점점 추워진다.

73	**-았/었더라면**
	과거와 반대로 가정 = 미리 알았더라면 준비했을 것이다.(몰라서 준비를 못 함)

74	**에 대해(서)**
	어떤 대상을 설명함 = 야구에 대해 이야기해 봅시다.

75	**에 따라**
	앞 명사를 따라서 변함 = 소득이 증가함에 따라 소비도 늘고 있다.

76	**에 비해**
	앞의 명사와 비교하여 말함 = 노력에 비해 결과가 만족스럽지 않다.

77	**여간 -지 않다**
	매우 = 외국에서 혼자 사는 것은 여간 외롭지 않다.(매우 외롭다)

78	**와/과 다름없다**
	비슷하다, 같다 = 그 친구는 가족과 다름없다.

79	**와/과 마찬가지이다**
	비슷하다, 같다 = 그 친구는 가족과 마찬가지이다.

80	**-은 나머지**
	부정적인 결과 = 과로한 나머지 쓰러졌다.

81	**-은 채(로)**
	상태를 유지함 = 텔레비전을 켠 채로 잠이 들었다.

82	**-은/는 김에**
	어떤 행위를 하면서 하나 더 = 미국에 여행 가는 김에 미국에 사는 친척도 만났다.

83	**-은/는 대로**
	앞의 것을 따라서 = 배운 대로 대답했다.

84	**-은/는 데다가**
	추가 = 노래도 잘하는 데다가 춤도 잘 춘다.

85	**-은/는 모양이다**
	추측 = 밖에 비가 오는 모양이다.

86	**-은/는 바람에**
	예상 못한 이유 = 비가 오는 바람에 등산 약속이 취소되었다.

87	**-은/는 법이다**
	당연함 = 남에게 불친절하면 남도 나에게 불친절한 법이다.

88	**-은/는 셈**
	결과에 대해 마찬가지라 생각함 = 그 정도면 잘한 셈이다.

89	**-은/는 척하다**
	위장하다, 가장하다 = 학교에 가기 싫어서 아픈 척했다.

90	**-은/는 체하다**
	위장하다, 가장하다 = 학교에 가기 싫어서 아픈 체했다.

91	**-은/는 탓에**
	부정적인 이유 = 비가 오는 탓에 경기가 취소되었다.

92	**-은/는 편이다**
	어떤 부류에 속함 = 그 정도면 한국어를 잘하는 편이다.

93	**-은/는 한**
	조건 = 내가 네 옆에 있는 한 넌 안전해.

94	**-은/는/을 듯**
	추측 = 밖에 비가 오는 듯하다.

95	**-은/는다면**
	가정, 조건 = 운동을 열심히 한다면 건강해질 겁니다.

96	**-은/는데도 (불구하고)**
	관계없음 = 비가 오는데도 (불구하고) 경기는 진행되었다.

97	**-은/는커녕** 비교하여 말할 필요도 없음 = 바빠서 밥은커녕 물도 못 먹었다.
98	**-은가 보다/나 보다** 추측 = 밖에 비가 오나 봐요.
99	**-을 겸** 두 가지 이상의 이유 = 바람도 쐴 겸 기분도 전환할 겸 친구와 만나기로 했다.
100	**-을 듯 말 듯** 그럴 것 같기도 하고 아닌 것 같기도 함 = 비가 올 듯 말 듯하다.
101	**-을 리가 없다** 가능성 없음, 믿을 수 없음 = 한국에서는 여름에 눈이 올 리가 없다.
102	**-을 만하다** 가치가 있음, 정도가 됨 = 그 영화는 볼 만하다.
103	**-을 뻔하다** 거의 되었으나 결국 안 됨 = 버스를 놓칠 뻔했다.(버스에 탔음)
104	**-을 수밖에 없다** 다른 방법이 없음 = 아기가 자고 있어서 작게 말할 수밖에 없다.
105	**-을 테니(까)** 추측, 의지 = 내가 밥을 살 테니 네가 차를 사줘.
106	**-을 텐데** 추측 = 비가 올 텐데 우산을 가지고 가세요.
107	**-을/를 막론하고** 구분하지 않음 = 이 제품은 남녀노소를 막론하고 모두에게 사랑받는다.
108	**-을걸 (그랬다)** 후회 = 친구에게 먼저 사과할걸 그랬다.
109	**-을까 말까** 결정하지 못함 = 그 사람에게 내 마음을 고백할까 말까 고민 중이다.
110	**-을까 봐** 부정적인 결과를 걱정함 = 비가 올까 봐 우산을 가져왔다.

111	**-을락 말락** 정도에 가까움 = 손을 내밀면 닿을락 말락 한 거리이다.
112	**-을뿐더러** 추가 = 노래를 잘할뿐더러 춤도 잘 춘다.
113	**-을 뿐만 아니라** 추가 정보 = 노래를 잘할 뿐만 아니라 춤도 잘 춘다.
114	**-을수록** 점점 변함 = 한국어는 공부할수록 더 재미가 있다.
115	**-을지 말지** 결정하지 못함 = 내일은 그 사람에게 내 마음을 고백할지 말지 고민 중이다.
116	**-자마자** 어떤 것이 끝나고 바로 다른 일 = 수업이 끝나자마자 집에 간다.
117	**-잖아** 상대가 알고 있는 이유를 말함 = 저 사람 한국 사람이잖아. 그러니까 한국 말을 잘하지.
118	**조차** 최소한의 것까지 포함 = 한국에 처음 왔을 때 '안녕하세요'조차 몰랐다.
119	**-지 그래요** 제안 = 힘들면 좀 쉬지 그래요?
120	**처럼** 정도가 비슷하거나 같음 = 경치가 그림처럼 아름답다.
121	**치고(는)** 예외, 일반적인지 않음 = 외국인치고 한국말을 잘 한다.

부록 2 속담

1	**가는 날이 장날**	계획한 일을 할 때 뜻하지 않는 일이 벌어진다.
2	**가는 말이 고와야 오는 말이 곱다**	남에게 먼저 잘 대해 줘야 남도 나에게 잘 대해 준다.
3	**가뭄에 콩 나듯**	수가 너무 적다.
4	**가재는 게 편이다**	상황이 비슷한 사람끼리 같은 편이 된다.
5	**가지 많은 나무 바람 잘 날 없다**	자식이 많은 부모는 걱정이 끊이지 않는다.
6	**간에 붙었다 쓸개에 붙었다 한다**	자기에게 이익이 되는 사람이면 아무에게나 친해지려고 한다.
7	**갈수록 태산**	일의 사태가 점점 심해진다.
8	**같은 값이면 다홍치마**	이왕이면 보기 좋은 것을 선택한다.
9	**강 건너 불구경하듯 한다**	남의 일인 듯 무관심한 태도를 보인다.
10	**개구리 올챙이 적 생각 못 한다**	상황이 좋아지자 과거를 잊어버리고 잘난 체한다.
11	**개천에서 용 난다**	가정 형편이 어려운 집안에서 훌륭한 인물이 나온다.
12	**걷기도 전에 뛰려고 한다**	쉬운 일도 못하면서 어려운 일을 하려고 한다.
13	**계란으로 바위치기**	힘이나 능력이 부족하여 승산이 없는 불가능한 일을 한다.
14	**고래 싸움에 새우 등 터진다**	강자끼리 싸우면 사이에 있는 약자가 피해를 입는다.

15	**고양이한테 생선을 맡기다**	
	믿음이 가지 않는 사람에게 일을 맡겨 놓고 불안해한다.	
16	**공든 탑이 무너지랴**	
	열과 성을 다해서 한 일은 좋은 결과를 얻는다.	
17	**구관이 명관이다**	
	오래전부터 일한 사람이 새로 온 사람보다 낫다.	
18	**구렁이 담 넘어가듯 하다**	
	어떤 일을 분명하게 처리하지 않고 은근슬쩍 처리한다.	
19	**구슬이 서 말이라도 꿰어야 보배**	
	아무리 좋고 훌륭한 것이라도 쓸모있게 만들어야 가치가 있다.	
20	**굴러온 돌이 박힌 돌 뺀다**	
	새로운 것이 기존에 있던 것을 쫓아내고 자리를 차지한다.	
21	**그림의 떡이다**	
	아무리 좋아도 내 것이 될 수는 없다.	
22	**금강산도 식후경**	
	아무리 좋은 경치라 해도 배고프면 관심 없다.	
23	**기르던 개에게 다리 물렸다**	
	도와주고 은혜를 베푼 사람한테서 오히려 피해를 입었다.	
24	**꼬리가 길면 잡힌다**	
	나쁜 일을 계속하면 언젠가는 들킨다.	
25	**꿈보다 해몽이 좋다**	
	좋지 않은 상황을 좋게 해석한다.	
26	**꿩 대신 닭**	
	적절한 것이 없을 때 조금 안 좋은 것을 선택하여 사용한다.	
27	**낫 놓고 기역자도 모른다**	
	매우 무식하다.	
28	**나무에 오르라 하고 흔드는 격**	
	남을 꾀어 위험한 상황에 처하게 한다.	

29	**남의 떡이 커 보인다**	
	자기 것에 만족하지 못하고 남이 가진 것을 부러워한다.	
30	**남의 잔치에 감 놔라 배 놔라 한다**	
	쓸데없이 남의 일에 참견한다.	
31	**낮말은 새가 듣고 밤말은 쥐가 듣는다**	
	비밀은 없으므로 말을 조심해야 한다.	
32	**누울 자리 봐가며 발 뻗어라**	
	어떤 일을 할 때 다가올 결과를 미리 예상해 가면서 일을 해야 한다.	
33	**누워서 떡 먹기**	
	매우 쉽게 할 수 있는 일이다.	
34	**누워서 침 뱉기**	
	자신한테 나쁜 결과로 돌아올 행동을 한다.	
35	**다 된 밥에 재 뿌리기**	
	잘 되어가던 일을 갑자기 망쳐 실패하게 한다.	
36	**닭 쫓던 개 지붕 쳐다본다**	
	하려고 하던 일이 실패로 돌아가서 어쩔 수 없다.	
37	**도토리 키 재기**	
	실력이 비슷한 사람끼리 비교한다.	
38	**도둑을 맞으려면 개도 안 짖는다**	
	재수가 없으려면 계속해서 모든 일이 잘 안 된다.	
39	**도둑이 제 발 저리다**	
	죄를 지은 사람이 마음 불안해한다.	
40	**돌다리도 두드려보고 건너라**	
	행동을 하기 전에 다시 한번 확인해야 한다.	
41	**될성부른 나무는 떡잎부터 알아본다**	
	잘 될 사람은 어릴 때부터 남다른 데가 있다.	
42	**등잔 밑이 어둡다**	
	가까운 곳에서 생긴 일을 오히려 잘 모른다.	

43	**땅 짚고 헤엄치기** 매우 쉬운 일
44	**떡 본 김에 제사 지낸다** 계획한 일을 하는데 우연히 필요한 것이 나타나면 그것으로 하려던 일을 해치운다.
45	**떡 줄 사람은 생각도 않는데 김칫국부터 마신다** 상대방은 줄 생각을 안 하는데 받을 것을 기대하며 좋아한다.
46	**똥 묻은 개가 겨 묻은 개 나무란다** 자기의 흉이 더 큰데도 남의 작은 흉을 본다.
47	**뛰는 놈 위에 나는 놈 있다** 아무리 재주가 뛰어난 사람이라고 해도 더 뛰어난 사람이 있다.
48	**말 한마디로 천 냥 빚 갚는다** 말을 잘하면 어려운 일도 해결할 수 있다.
49	**맞은 놈은 펴고 자고 때린 놈은 오그리고 잔다** 남을 괴롭히면 뒷일이 걱정되지만 당한 사람은 속 편하다.
50	**먼 사촌보다 가까운 이웃이 낫다** 가까이 사는 이웃이 멀리 있는 사촌보다 도움이 된다.
51	**모난 돌이 정 맞는다** 두각을 나타내는 사람이 미움을 받는다.
52	**모로 가도 서울만 가면 된다** 목적 달성을 위해서는 어떤 방법을 써도 괜찮다.
53	**모르는 게 약, 아는 게 병** 아무것도 모르면 마음이 편하지만 알고 있으면 걱정이 생겨 마음이 불편하다.
54	**목마른 사람이 우물 판다** 필요한 사람이 문제를 해결한다.
55	**물에 빠지면 지푸라기라도 잡는다** 다급하면 별 도움이 안 될 것을 알지만 그것에 의지한다.

56	**물에 빠진 놈 건져놓으니 보따리 내놓으라 한다** 남에게 은혜를 입고도 고마운 줄 모르고 트집을 잡는다.
57	**미운 아이 떡 하나 더 준다** 미운 사람일수록 잘해주고 감정을 쌓지 않아야 한다.
58	**믿는 도끼에 발등 찍힌다** 믿었던 일이나 사람한테 배신을 당한다.
59	**밑 빠진 독에 물 붓기** 아무리 힘이나 노력을 들여도 헛된 일이 된다.
60	**바늘 가는 데 실 간다** 관계가 있는 것끼리 떨어지지 않고 항상 함께한다.
61	**바늘 도둑이 소도둑 된다** 작은 나쁜 짓도 고치지 않으면 큰 죄를 저지르는 사람이 된다.
62	**바다는 메워도 사람의 욕심은 못 채운다** 사람의 욕심이 바다보다도 크다.
63	**발 없는 말이 천 리 간다** 소문은 빨리 퍼지므로 말조심해야 한다.
64	**배보다 배꼽이 더 크다** 중요한 것보다 덜 중요한 것이 더 크다.
65	**백지장도 맞들면 낫다** 두 사람이 힘을 합치면 혼자 하는 것보다 쉽다.
66	**벼는 익을수록 고개를 숙인다** 아는 것이 많은 사람일수록 더 겸손하다.
67	**벼룩이 간을 내어 먹는다** 약한 사람에게서 빼앗아 이익을 취한다.
68	**병 주고 약 준다** 남에게 피해를 준 후에 도움을 주면서 위하는 척한다.
69	**보기 좋은 떡이 먹기도 좋다** 겉모습이 좋으면 실제로도 좋은 경우가 많다.

70	**불난 집에 부채질한다**	
	안 좋은 상황을 더 안 좋게 만든다.	
71	**비 온 뒤에 땅이 굳는다**	
	시련을 겪은 후에는 더 강해진다.	
72	**빈 수레가 요란하다**	
	잘 알지 못하는 사람이 겉으로는 더 떠든다.	
73	**사공이 많으면 배가 산으로 간다**	
	여러 사람이 일을 결정하려고 하면 일이 제대로 안 된다.	
74	**서당 개 삼 년이면 풍월을 읊는다**	
	무식한 사람도 오래 보거나 배우면 어느 정도 알게 된다.	
75	**세 살 버릇 여든 간다**	
	어릴 때 생긴 버릇은 고치기 힘들다.	
76	**소 잃고 외양간 고친다**	
	준비하지 않고 실패한 후에 후회하고 뒤늦게 수습한다.	
77	**식은 죽 먹기**	
	매우 쉽게 할 수 있는 일이다.	
78	**싼 게 비지떡**	
	싼 물건은 품질도 떨어진다.	
79	**아는 길도 물어 가라**	
	잘하는 일이라 하더라도 다시 확인하여 실수하지 않도록 해야 한다.	
80	**아니 땐 굴뚝에 연기 나랴**	
	어떤 소문이 퍼지는 것에는 그만한 이유가 있다.	
81	**아닌 밤중에 홍두깨**	
	갑자기 생긴 뜻밖의 일	
82	**안방에 가면 시어머니 말이 맞고 부엌에 가면 며느리 말이 맞다**	
	양쪽의 말이 다 맞다.	
83	**얌전한 고양이가 부뚜막에 먼저 올라간다**	
	겉보기에는 얌전하고 아무것도 못 할 것처럼 보이는 사람이 딴짓을 하거나 자기 실속을 차린다.	

84	**열 번 찍어 안 넘어가는 나무 없다**
	꾸준히 노력하면 결국에는 이룰 수 있다.
85	**오르지 못할 나무는 쳐다보지도 말라**
	가능성이 없는 일이라면 생각도 하지 말라.
86	**옷이 날개다**
	입은 옷에 따라서 사람이 달라 보인다.
87	**우는 아이 젖 준다**
	요구하지 않으면 원하는 것을 얻을 수 없다.
88	**우물을 파도 한 우물을 파라**
	여러 가지 일을 벌이지 말고 한 가지 일을 끝까지 해야 성공할 수 있다.
89	**원수는 외나무다리에서 만난다**
	싫어하는 사람은 피할 수 없는 곳에서 만나게 된다.
90	**원숭이도 나무에서 떨어질 때가 있다**
	잘하는 일도 실수할 때가 있다.
91	**윗물이 맑아야 아랫물도 맑다**
	윗사람이 잘해야 아랫사람도 따라서 잘 한다.
92	**작은 고추가 맵다**
	겉모습이 작거나 약해 보여도 실제로는 강하거나 뛰어나다.
93	**젊어서 고생은 사서도 한다**
	젊었을 때 한 고생은 시간이 지나면 값진 경험이 된다.
94	**쥐구멍에도 볕 들 날 있다**
	고생만 하는 사람도 언젠가는 좋은 시기가 온다.
95	**지렁이도 밟으면 꿈틀한다**
	약한 사람일지라도 지나치게 함부로 대하면 가만히 있지 않는다.
96	**참새가 방앗간을 그냥 지나랴**
	자기가 좋아하거나 자기에게 이익이 되는 일은 그냥 지나치지 못한다.
97	**천 리 길도 한 걸음부터**
	아무리 큰 일이라도 처음에는 작은 일부터 시작된다.(시작이 중요하다)

98	**친구 따라 강남 간다** 남에게 끌려 덩달아 한다.
99	**콩 심은 데 콩 나고 팥 심은 데 팥 난다** 원인에 따라 결과가 생긴다.
100	**티끌 모아 태산** 아무리 적은 것이라도 모이면 큰 것이 된다.
101	**팔은 안으로 굽는다** 가까운 사람에게 정이 더 간다.
102	**평안감사도 저 싫으면 그만** 아무리 좋은 일이라도 자기 마음에 안 들면 할 수 없다.
103	**핑계 없는 무덤 없다** 모든 일은 다 이유가 있다.
104	**하늘의 별 따기** 매우 어려운 일
105	**하늘이 무너져도 솟아날 구멍이 있다** 아무리 큰 위기라 하더라도 벗어날 방법은 있다.
106	**하룻강아지 범 무서운 줄 모른다** 아무것도 모르고 함부로 덤빈다.
107	**호랑이도 제 말을 하면 온다** 누군가에 대해 이야기하면 그 사람이 실제로 나타나는 상황이 발생한다.
108	**호랑이 없는 곳에서 여우가 왕 노릇을 한다** 힘센 자가 없는 곳에서는 못나고 약한 자가 잘난 체한다.
109	**호랑이한테 물려가도 정신만 차리면 산다** 정신을 똑바로 차리면 위험한 상황을 벗어날 수 있다.

부록 3 관용표현

1	**가시방석에 앉다**	불편한 상황에 처하다
2	**가시밭길을 가다**	힘들고 어려운 삶을 살다
3	**간에 기별도 안 가다**	마음에 들지 않고 부족하다
4	**간이 떨어질 뻔하다**	매우 놀라다
5	**간이 부었다**	겁이 없다
6	**간이 서늘하다**	매우 놀라다
7	**간이 콩알만 해지다**	매우 놀라다
8	**간이 크다**	겁이 없다
9	**개미 새끼 한 마리도 볼 수 없다**	사람이 아무도 보이지 않다
10	**거울로 삼다**	이미 있었던 일을 보고 배워서 다음에 있을 일에 주의하다
11	**국수를 먹다**	결혼하다
12	**귀가 간지럽다**	다른 사람이 자기에 대해 말하고 있는 것 같다
13	**귀가 따갑다**	소리가 크고 날카로워서 듣기 힘들다 여러 번 들어서 듣기가 싫다
14	**귀가 먹다**	다른 사람의 말을 잘 알아듣지 못하다

15	**귀가 번쩍 뜨이다** 어떤 이야기를 듣고 매우 관심이 가다
16	**귀가 얇다** 다른 사람의 말을 쉽게 믿다
17	**귀를 기울이다** 남의 의견에 관심을 가지고 잘 듣다
18	**귀신이 곡할 일** 매우 신기하고 이상한 일
19	**귀에 거슬리다** 듣기 싫다
20	**귀에 못이 박히다** 같은 말을 여러 번 반복해서 듣다
21	**김칫국을 마시다** 일이 일어나기도 전에 먼저 기대하고 좋아하다
22	**깨소금 맛이다(고소하다)** 남이 잘못된 것을 보고 기분 좋아하다
23	**날개가 돋치다** 물건이 매우 잘 팔리다
24	**놀부 심보** 나쁜 마음씨
25	**눈썹 하나 까딱하지 않다** 전혀 놀라지 않고 아주 태연하다
26	**눈에 불을 켜다** 어떤 일을 집중하여 열심히 하다
27	**눈에 흙이 들어가다** 죽어서 땅에 묻히다, 절대로 안 되다
28	**눈이 높다** 어떤 것을 선택하는 기준이 높고 까다롭다

29	**눈이 뒤집히다** 충격적인 일을 당하거나 어떤 일에 집착하여 이성을 잃다
30	**눈이 맞다** 서로 반하다
31	**눈코 뜰 새 없다** 너무 바쁘다
32	**담을 쌓다** 관계를 끊다
33	**등을 돌리다** 관계를 끊다
34	**등을 떠밀다** 일을 억지로 하게 하다
35	**뜸을 들이다** 바로 말하지 않고 시간을 끌면서 말하다
36	**마음을 먹다** 결심하다
37	**마음이 굴뚝 같다** 어떤 일을 매우 하고 싶다
38	**말이 아니다** 매우 안 좋은 상황
39	**맞장구치다** 다른 사람의 말이 맞는다고 동의하다
40	**머리가 굵다** 어린아이가 어른처럼 생각하고 행동하다
41	**머리가 크다** 어른처럼 아는 것이 많아지다, 지위가 높아지다
42	**머리를 맞대다** 어떤 일에 대하여 서로 협력하다

43	**머리에 피도 안 마르다 (이마에 피도 안 마르다)** 아직 나이가 어리다
44	**먹칠을 하다** 명예나 체면이 먹을 칠한 것처럼 더럽혀지다
45	**목소리를 내다** 의견이나 생각을 표현하다
46	**목에 힘을 주다** 으스대며 남을 무시하다
47	**목이 빠지다** 애타게 기다리다 오래 기다리다
48	**못을 박다** 어떤 일을 확실하게 해 두다
49	**미역국을 먹다** 시험에 떨어지다
50	**밑도 끝도 없다** 어떤 일에 아무 근거도 없다
51	**바가지를 긁다** 아내가 남편에게 잔소리를 심하게 하다
52	**바가지를 쓰다** 원래 가격보다 비싸게 사다
53	**발걸음을 맞추다** 행동이나 마음을 같게 하다
54	**발목을 잡다** 어떤 일을 못하게 하다
55	**발 벗고 나서다** 남보다 먼저 적극적으로 하다
56	**발에 채다** 여기저기 흔하다

57	**발을 빼다**	어떤 일에서 관계를 완전히 끊다
58	**발이 넓다**	아는 사람이 많다
59	**발이 묶이다**	다른 일 때문에 해야 할 일을 못하고 있다
60	**배가 등에 붙다**	먹은 것이 없어서 배가 홀쭉하다
61	**배가 아프다**	남이 잘 되어 기분이 나쁘다
62	**비행기를 태우다**	칭찬으로 기분 좋게 하다
63	**산통을 깨다**	분위기를 깨다, 다 된 일을 망치다
64	**손가락질을 하다**	다른 사람을 비난하다
65	**손발이 맞다**	서로 하는 일이나 마음이 잘 통하다
66	**손에 걸리다**	손에 잡히다
67	**손에 땀을 쥐다**	매우 긴장이 되다
68	**손을 끊다**	어떤 일을 그만두다
69	**손을 놓다**	하던 일을 그만두거나 잠시 멈추다
70	**손을 보다**	혼내주다

71	**손을 뻗치다** 활동 범위를 넓히다
72	**손을 쓰다** 방법을 찾아 일을 해결하다
73	**손을 씻다** 어떤 일을 그만두다
74	**손을 잡다** 서로 뜻을 같이 하다 함께 일을 하다
75	**손이 닿다** 능력이 미치다
76	**손이 맵다** 손이 야무지다, 손으로 슬쩍 때려도 매우 아프다
77	**손이 빠르다** 어떤 일을 빨리 하다
78	**손이 크다** 씀씀이가 크다
79	**시치미를 떼다** 알고 있지만 모르는 척하다
80	**앞뒤를 가리지 않다** 깊이 생각하지 않고 마구 행동하다
81	**앞뒤를 재다** 어떤 일을 할 때 신중하게 계산하다
82	**애가 타다** 매우 걱정하다
83	**애를 먹다** 일이 잘 되지 않아서 고생을 하다
84	**어깨가 무겁다** 의무나 책임이 있어서 부담스럽다

85	**얼굴이 두껍다**	부끄러운 줄 모르다
86	**엉덩이가 가볍다**	한 자리에 오래 있지 못하다
87	**열을 올리다**	어떤 일에 집중하여 열심히 하다
88	**오지랖이 넓다**	참견을 많이 하다
89	**이를/칼을 갈다**	독한 마음을 먹고 복수를 준비하다
90	**입에 거미줄 치다**	먹지 못하고 오랫동안 굶다
91	**입에 대다**	음식을 먹거나 마시다
92	**입에 침이 마르다**	다른 사람이나 물건을 아주 좋게 말하다
93	**입을 모으다**	여러 사람이 같은 의견을 말하다
94	**입이 가볍다**	비밀을 지키지 않고 쉽게 말하다
95	**입이 무겁다**	아는 것을 함부로 말하지 않다
96	**입이 짧다**	음식을 조금만 먹다
97	**전철을 밟다**	이미 한 실수를 반복하다
98	**제 눈의 안경**	자기 눈에만 좋아 보이다

99	**주머니가 가볍다** 돈이 없다
100	**쥐도 새도 모르게** 아무도 모르게
101	**진땀을 흘리다(빼다)** 난처한 일을 해결하기 위해 몹시 애를 쓰다
102	**찬물을 끼얹다** 분위기를 망치거나 일을 망치게 하다
103	**찬밥 신세** 남에게 환영받지 못하는 상태
104	**코가 납작해지다** 기가 죽고 위세가 떨어지다
105	**코가 빠지다** 근심이 있어 기가 죽고 활기가 없다
106	**코를 맞대다** 서로 가까이 하다
107	**콧대를 꺾다** 남의 자존심이나 기를 꺾다
108	**파김치가 되다** 매우 피곤하고 힘이 없다
109	**팔짱만 끼고 있다** 어떤 일에 나서지 않고 모르는 척 하다
110	**피도 눈물도 없다** 조금도 인정이 없다
111	**피땀을 흘리다** 매우 고생하고 노력하다
112	**한눈을 팔다** 한 가지에 집중하지 않고 다른 것에 신경 쓰다

113	**한 턱 내다** 음식을 대접하다
114	**허리띠를 졸라매다** 아끼고 검소하게 생활하다
115	**허파에 바람이 들다** 실없이 행동하다

부록 4 감정 어휘 등급표

*급 – 국제통용어휘등급표에 없는 어휘

감정어휘	국제통용어휘 등급	감정어휘	국제통용어휘 등급
가엾다	6급	교활하다	6급
간절하다	4급	구태의연하다	6급
감격(하다)	5급	궁금하다	2급
감격스럽다	6급	귀찮다	2급
감동(하다)	3급	그립다	2급
감사(하다)	1급	기쁘다	1급
갑갑하다	5급	긴장(되다)	2급
갑작스럽다	4급	까다롭다	4급
개운하다	6급	꺼림칙하다	6급
걱정(되다)	2급	낙담하다	*급
걱정스럽다	4급	낙심(하다)	5급
겁나다	4급	난감하다	6급
경솔하다	5급	난처하다	4급
고독하다	*급	냉정하다	3급
고맙다	1급	너그럽다	4급
고통스럽다	4급	놀라다	2급
공손하다	4급	놀랍다	4급
괘씸하다	*급	눈물겹다	6급
괴롭다	4급	느긋하다	4급

감정어휘	국제통용어휘 등급	감정어휘	국제통용어휘 등급
다행스럽다	4급	미워하다	*급
단호하다	6급	민망하다	6급
답답하다	2급	믿음직스럽다	5급
당당하다	4급	밉다	3급
당황(하다)	3급	반갑다	1급
당황스럽다	*급	변덕스럽다	4급
두렵다	4급	복잡하다	2급
든든하다	4급	부끄럽다	2급
딱하다	6급	부담스럽다	4급
막연하다	4급	분노(하다)	4급
만만하다	4급	분하다	6급
만족(하다)	3급	불만(스럽다)	3급
만족스럽다	3급	불만족스럽다	3급
못마땅하다	6급	불쌍하다	2급
무료하다	6급	불안(하다)	2급
무모하다	6급	불쾌(하다)	5급
무섭다	2급	불편(하다)	2급
뭉클하다	5급	불행(하다)	4급
미안(하다)	1급	비겁하다	6급

감정어휘	국제통용어휘 등급	감정어휘	국제통용어휘 등급
비밀스럽다	6급	싫다	1급
비참하다	6급	심심하다	2급
사랑스럽다	4급	아늑하다	6급
상쾌하다	4급	아득하다	6급
새삼스럽다	6급	아쉽다	3급
서글프다	5급	안심(되다)	3급
서럽다	4급	안쓰럽다	6급
서운하다	4급	안타깝다	4급
섭섭하다	2급	애틋하다	6급
속상하다	3급	어색하다	4급
솔깃하다	6급	어이없다	5급
솔직하다	4급	어처구니없다	6급
수상하다	6급	억울하다	4급
수줍다	6급	언짢다	5급
슬프다	1급	여유롭다	3급
시원섭섭하다	6급	외롭다	2급
신나다	3급	우울(하다)	3급
실망(하다)	3급	원망(스럽다)	5급
실망스럽다	5급	의기소침하다	*급

감정어휘	국제통용어휘 등급	감정어휘	국제통용어휘 등급
의심(스럽다)	4급	짜증(나다)	2급
의아하다	6급	짜증스럽다	4급
이해(되다)	2급	창피(하다)	3급
익살스럽다	6급	처량하다	6급
자랑스럽다	4급	처참하다	6급
자신만만하다	6급	초조(하다)	4급
절실하다	6급	충격(받다)	4급
점잖다	4급	친근하다	5급
정겹다	5급	터무니없다	6급
정성스럽다	5급	통쾌하다	6급
정신없다	3급	편안(하다)	2급
조급하다	6급	푸근하다	6급
조심스럽다	4급	한심하다	6급
죄송스럽다	6급	행복(하다)	2급
죄송하다	1급	허망(하다)	6급
즐겁다	2급	허무(하다)	6급
지겹다	4급	허전하다	5급
지루하다	2급	허탈(하다)	6급
진지하다	4급	혼란스럽다	5급

감정어휘	국제통용어휘 등급
홀가분하다	6급
화나다	2급
확고하다	6급
황당하다	5급
후련하다	6급
후회스럽다	4급
흐뭇하다	5급
흥겹다	5급
흥미롭다	4급
흥미진진하다	5급
흥분(하다)	4급
희망(차다)	2급
희한하다	6급

부록 5 주제별 어휘

어휘	영어	일본어	중국어	베트남어
3D 프린터	3D printer	3D プリンター	3D打印机	máy in 3D
4괘	four trigrams	四卦	四卦	tứ tượng
AI 심판	AI referee	AI審判	AI 裁判	trọng tài AI
M&A	M&A (Mergers and Acquisitions)	M&A	企业并购	mua bán và sáp nhập
MZ세대	MZ generation	MZ世代	MZ世代 (新时代人群)	thế hệ MZ
OTT 서비스	over-the-top media service	OTT サービス	OTT服务	dịch vụ OTT (over-the-top)
SNS	SNS(social networking service)	SNS	社交网络平台	mạng xã hội (SNS)
가늘다	thin, fine	細い	细	mỏng
가능성	possibility, potential	可能性	可能性	tính khả thi
가능하다	possible, feasible	可能だ	可能	có thể
가두다	be confined in	閉じ込める	关	giam giữ, nhốt
가득하다	full	満ちている、いっぱいだ	填满	đầy
가뭄	drought	干ばつ	干旱	hạn hán
가사	lyrics	歌詞	歌词	lời bài hát
가상	virtual	仮想	虚拟	ảo
가속이 붙다	accelerate	加速がつく	加速	tăng tốc
가열되다	be heated	加熱される	升温	bị làm nóng
가을철	autumn season	秋	秋季	mùa thu
가정	family	家庭	家庭	gia đình
가족센터	family center	家族センター	家庭中心	trung tâm gia đình
가죽	leather	革	皮革	da
가짜	fake	偽物	假冒的	giả, nhái
가축	livestock	家畜	牲畜	gia súc

어휘	영어	일본어	중국어	베트남어
가치	value, worth	価値	价值	giá trị
각국	each country, various countries	各国	各国	các nước
각자	each, everyone	それぞれ	各自	mỗi người
각종	various, of all sorts, types of	各種	各种	các loại
간	interval	間	间	khoảng thời gian
간사하다	be sly, treacherous	ずる賢い	诡诈	gian xảo
간편식	convenientmeal, instantfood	手軽な食べ物	简餐	bữaăntiệnlợi, đồănliền
갇히다	be trapped	閉じ込められる	被困	bị mắc kẹt
갈등	conflict	葛藤、対立	分期, 冲突	xung đột
감각	sense	感覚	感觉	cảm giác
감소	decrease	減少	减少	giảm, suy giảm
감염	infection	感染	感染	sựtruyềnnhiễm
감지하다	detect	感知する	感知到	cảm nhận, phát hiện
감탄하다	admire	感嘆する	感叹	ngưỡng mộ
값싸다	cheap, affordable	安い	便宜	rẻ, giá rẻ
갓	Gat(traditional Korean hatworn by noblemen)	カッ（韓国伝統の帽子）	纱帽 (古代贵族戴的传统帽子)	Gat (mũtruyền thống củahàn quốcdành chogiớiquýtộc)
갓	leafmustard, Gat (leaf vegetable)	カッ（韓国伝統の帽子）	刚刚	lá cải bẹ xanh, gat (rau ăn lá)
강렬하다	intense	強烈だ	强大	mãnh liệt, dữ dội
강조하다	emphasize	強調する	强调	nhấn mạnh
강화	strengthen	強化する	强化	tăng cường

어휘	영어	일본어	중국어	베트남어
강화되다	strengthen	強化される	強化	được tăng cường, củng cố
강화시키다	strengthen, enhance	強化する	使強化	làm cho tăng cường, củng cố
강화하다	strengthen	強化する	強化	tăng cường, củng cố
갖추다	acquire	備える	具備	trang bị, có
개념	concept	概念	概念	khái niệm
개발	development	開発	开发	sự phát triển
개발되다	developed	開発される	开发	được phát triển
개발하다	develop	開発する	开发	phát triển
개선	improvement	改善	改善	sự cải thiện
개선되다	improve	改善される	改善	được cải thiện
개선하다	improve	改善する	改善	cải thiện
개인	individual, personal	個人	个人	cá nhân
개인전	individual event	個人戦	个人赛	thi đấu cá nhân
개장하다	open, unveil	開場する	开业	khai trương
개정하다	revise	改正する	修改	sửa đổi, bổ sung
개체	individual	個体	个体	cá thể
객관적	objective, impartial	客観的	客观的	khách quan
갱신	renewal	更新	更新	gia hạn, làm mới
거꾸로	in reverse, upside down	逆に	颠倒	ngược lại, lộn ngược
거동	movement, mobility	動作、挙動	行动	sự đi lại, di chuyển
거둬지다	be withdrawn	収まる	撤回	rút lại
거래	deal, transaction	取引	交易	giao dịch
거름	manure	肥料	肥料	phân bón

어휘	영어	일본어	중국어	베트남어
거주하다	reside, live	居住する	居住	cư trú
거치다	go through, pass through	経る	经过	trải qua, đi qua
건	case, item	件	件	vụ, trường hợp
건너다	cross	渡る	过	băng qua
건설비	construction cost	建設費	建筑成本	chi phí xây dựng
건전하다	healthy	健全だ	健全的	lành mạnh, khỏe mạnh
건축	architecture	建築	建筑	kiến trúc
검사	examination	検査	检查	kiểm tra, xét nghiệm
게다가	in addition, furthermore	そのうえ	再加上	hơn nữa, thêm vào đó
게재하다	publish, print	掲載する	发行, 刊登	đăng tải
겨울잠	hibernation	冬眠	冬眠	ngủ đông
겪다	go through	経験する	经历	trải qua
결국	eventually, finally	結局	最终	cuối cùng, kết cục
결말	conclusion	結末	结局	kết cục
경기	economic	景気	景气	tình hình kinh tế
경기도교육청	Gyeonggi-do Office of Education	京畿道教育庁	京畿道教育厅	Sở giáo dục tỉnh Gyeonggi-do
경사	slope	傾斜	倾斜, 坡度	độ dốc, độ nghiêng
경상	minor injury	軽傷	轻伤	nhẹ
경영	management	経営	经营	quản lý, điều hành
경우	case, circumstances	場合	情况	trường hợp, tình huống

어휘	영어	일본어	중국어	베트남어
경유차	diesel vehicle	ディーゼル車	柴油车	xe chạy dầu diesel
경쟁	competition	競争	竞争	cạnh tranh
경쟁 관계	competitive relationship	競争関係	竞争关系	quan hệ cạnh tranh
경쟁력	competitiveness, competitive strength	競争力	竞争率	năng lực cạnh tranh
경쟁사	competitor	競合他社	竞争对手	đối thủ cạnh tranh
경제적	economical, cost-effective	経済的	经济合算	tính kinh tế
경향	tendency, trend	傾向	倾向	khuynh hướng, xu hướng
계승하다	inherit	継承する	继承	kế thừa
계층	social class	階層	阶层	tầng lớp xã hội
고고학자	archaeologist	考古学者	考古学家	nhà khảo cổ học
고대	ancient	古代	古代	cổ đại
고려하다	consider	考慮する	考虑	xem xét, cân nhắc
고령	elderly, older	高齢	高龄	tuổi cao
고령화	aging	高齢化	老龄化	sự lão hóa
고무덤	ancient tomb	古墳	古墓	lăng mộ cổ
고용	employment	雇用	雇佣	việc làm, tuyển dụng
고용되다	employed, being employed	雇われる	聘用	được thuê, được tuyển dụng
고위도	high latitude	高緯度	高纬度	vĩ độ cao
고정 관념	stereotype	固定観念	刻板印象	định kiến
고칼로리	high-calorie	高カロリー	高卡路里	nhiều calo
곡물	grain	穀物	谷物	ngũ cốc

어휘	영어	일본어	중국어	베트남어
곤란	difficulty	困難	困难	khó khăn
곤충	insect	昆虫	昆虫	côn trùng, sâu bọ
골	goal	ゴール	球	bàn thắng
골고루	evenl, balanced	まんべんなく	均衡	đều đặn
골든골	golden goal	ゴールデンゴール	金球	bàn thắng vàng
공간	space	空間	空间	không gian
공격하다	attack	攻撃する	攻击	công kích
공공성	public concern	公共性	公共性	tính công cộng
공급	supply, provision	供給	供给	sự cung cấp
공급되다	supplied, provided	供給される	供给	được cung cấp
공급하다	supply	供給する	供给	cung cấp
공기	air	空気	空气	không khí
공동체	community	共同体	共同体	cộng đồng
공사	construction	工事	施工	công trình
공생하다	coexist	共生する	相互依存	cộng sinh
공식	official	公式	官方	chính thức
공연	performance	公演	演出	buổi biểu diễn
공전	revolution	公転	公转	sự quay quanh, quay quanh
공존하다	coexist	共存する	共存	cùng tồn tại
과대 포장	excessive packaging	過剰包装	过度包装	đóng gói quá mức
과도하다	be excessive	過度だ、過剰だ	过度	quá mức
과정	process, course	過程	过程	quá trình, khóa học
과태료	fine, penalty	過料、罰金	罚款	tiền phạt
과학적	scientific	科学的	科学的	khoa học

어휘	영어	일본어	중국어	베트남어
관객	audience	観客	观众	khán giả
관람가	suitable for viewing	観覧可	可观看	thích hợp để xem
관례	custom, practice, convention	慣例	惯例	thông lệ, tập quán
관리	management	管理	管理	quản lý
관세	customs duties, tariffs	関税	关税	thuế quan
관심	interest, attention	関心	关心	sự quan tâm
관절	joint	関節	关节	khớp
관점	perspective, viewpoint	観点	观点	quan điểm
관찰되다	be observed	観察される	观察	được quan sát
광경	sight	光景	情景	quang cảnh
광년	light-years	光年	光年	năm ánh sáng
광합성	photosynthesis	光合成	光合作用	sự quang hợp
괴롭히다	bother	苦しめる	折磨, 使痛苦	quấy rầy, làm khó chịu
교권	teacher's rights, teacher's authority	教師の人権	教师权威	quyền của giáo viên
교도소	priso, correctionalfacility	刑務所	监狱	nhà tù, trại giam
교육력	educational ability, educational capacity	教育力	教育能力	năng lực giáo dục
교육부	Ministry of Education	教育部	教育部	Bộ Giáo dục
교육자	educator, teacher	教育者	教育工作者	nhà giáo dục
교육지원청	officeofeducation	教育支援庁	教育局	văn phòng hỗ trợ giáo dục
교육청	officeofeducation	教育庁	教育部	sở giáo dục
교체	replacement, substitution	交替、交換	替换	thay thế

어휘	영어	일본어	중국어	베트남어
교통수단	means of transportation, transport method	交通手段	交通工具	phương tiện giao thông
교통안전	traffic safety	交通安全	交通安全	an toàn giao thông
구독 경제	subscription economy	サブスクリプション経済	订阅经济	nền kinh tế đăng ký sử dụng dịch vụ
구독자	subscriber	登録者、購読者	订阅人	người đăng ký, người theo dõi
구매	purchase	購入	购买	việc mua sắm
구매하다	purchase, buy	購入する	购买	mua sắm
구별	distinction, differentiation	区別	区别	sự phân biệt, sự khác biệt
구분	classification, division	区別	区分	phân biệt
구분하다	distinguish, classify	区分する	区分	phân biệt, phân loại
구성	composition	構成	构成	cấu thành
구성원	member	構成員	成员	thành viên, bộ phận cấu thành
구조	structure	構造	结构	cấu trúc, kết cấu
구축하다	build	構築する	建构	xây dựng
구하다	save	救う	寻找	cứu
국가	country, nation	国家	国家	quốc gia
국립공원공단	Korea National Park Service	国立公園公団	国立公园公团	Cơ quan Quản lý công viên quốc gia Hàn Quốc
국립도서관	national library	国立図書館	国立图书馆	thư viện quốc gia
국물	soup, broth	スープ	汤汁	nướcsúp, nướcdùng

어휘	영어	일본어	중국어	베트남어
국민	citizens	国民	国民	người dân
국밥집	Gukbap (Koreanricesoupdish) restaurant	クッパ屋、クッパ専門店	汤饭店	quán súp cơm Hàn Quốc
국보	national treasure	国宝	国宝	quốc bảo
국제결혼	international marriage	国際結婚	跨国婚姻	kết hôn quốc tế
국제법	international law	国際法	国际法	luật quốc tế
군대	military	軍隊	军队	quân đội
군용	military use	軍用	军用	quân dụng
권력	power	権力	权利	quyền lực
권리	rights	権利	权利	quyền lợi
권위	authority	権威	权威	quyền uy
권유받다	be advised	勧められる	被劝诱	được khuyên
귀하다	precious, valuable	貴重だ	尊贵	quý giá
귀화하다	naturalize	帰化する	归化, 入籍	nhập quốc tịch
규모	scale, size	規模	规模	quy mô
균류	fungi	菌類	真菌	nấm
그나마	at least	少なくとも	还好, 至少	ít nhất, dù sao thì
그럼에도 불구하고	nevertheless	それでもなお	尽管如此	mặc dù vậy
그리스	Greece	ギリシャ	希腊	Hy Lạp
그리스 신화	Greek mythology	ギリシャ神話	希腊神话	thần thoại Hy Lạp
그리스어	Greek	ギリシャ語	希腊语	tiếng hy lạp
그물	net	網	网	lưới
그제야	only then	そのときになって	这时才	chỉ đến lúc đó
그중	among them, among the rest	その中	其中	trong số đó

어휘	영어	일본어	중국어	베트남어
극복하다	overcome	克服する	克服	khắc phục
근거	basis, evidence	根拠	根据	căn cứ
근로	labor	勤労	劳动	lao động
근로자	worker, laborer	労働者	劳动者, 打工人	người lao động, công nhân
근무하다	work	勤務する	工作	làm việc
근육	muscle	筋肉	肌肉	cơ bắp
금메달	gold medal	金メダル	金牌	huy chương vàng
금속활자	metal type	金属活字	金属活字	chữ kim loại
금수저	gold spoon (a metaphor for people from wealthy or privileged families)	金スプーン(富裕層)	金汤匙 (富二代)	thìa vàng (ẩn dụ cho những người xuất thân từ gia đình giàu có hoặc đặc quyền)
금액	amount	金額	金额	số tiền
금지법	prohibition law	禁止法	禁止法	luật cấm
급등	sharp rise	急騰	飞涨	tăng đột ngột
급증하다	surge	急増する	激增	tăng đột ngột
급훈	class motto	学級スローガン	班训	khẩu hiệu lớp
긍정적	positive	肯定的	正面的	tích cực
기관	institution, organization	機関	机关	cơ quan
기능	function, ability	機能	功能	chức năng
기대다	lean	寄りかかる	倚靠	dựa vào
기대되다	expected, anticipated	期待される	期待	được kỳ vọng
기대하다	expect, anticipate	期待する	期待	kỳ vọng
기도하다	pray	祈る	祈祷	cầu nguyện
기둥	pillar	柱	柱子	cột, trụ

어휘	영어	일본어	중국어	베트남어
기록	record	記録	记录	ghi chép
기록물	record, document	記録物	记录	tài liệu, vật ghi lại
기록적	record-breaking	記録的	破纪录的	mang tính kỷ lục
기반	foundation	基盤	基础	nền tảng, cơ sở
기발하다	creative	ユニークだ	新颖	sáng tạo
기보법	staff notation	記譜法	五线谱	phương pháp ghi nhạc
기본	basic, foundation	基本	基本	cơ bản, nền tảng
기본적	basic, essential	基本的	基本的	tính cơ bản
기생하다	parasitize, be parasitic	寄生する	寄生	ký sinh
기술	technology	技術	技术	kỹ thuật, công nghệ
기술자	engineer, technician	技術者	技术人员	kỹ thuật viên, kỹ sư
기억력	memory	記憶力	记忆力	trí nhớ
기억하다	remember	記憶する	记得	nhớ, ghi nhớ
기업	company, enterprise	企業	企业	doanh nghiệp, công ty
기와집	tile-roofed house	瓦屋	瓦房	nhà mái ngói
기울어지다	be tilted	傾く	倾斜	bị nghiêng, nghiêng đi
기울이다	tilt	傾ける	倾注	nghiêng
기울이다	pay attention to, focus on	傾ける	倾注	dồn, tập trung
기원하다	pray, with	祈願する	祝愿	cầu nguyện, ước nguyện
기존	existing	既存	现有	hiện có
기준	standard	基準	标准, 基准	tiêu chuẩn

어휘	영어	일본어	중국어	베트남어
기증	donation	寄贈	捐赠	hiến tặng
기초	foundation, base	基礎	基础	nền tảng, cơ sở
기초적	basic, fundamental	基礎的	基础的	cơ bản, nền tảng
기피	aversion, avoid	忌避	回避	sự né tránh
기호	preference	嗜好	喜好	sở thích, khẩu vị
기호	symbol	記号	记号	ký hiệu
기회	opportunity	機会	机会	cơ hội
기후	climate	気候	气候	khí hậu
긴급	emergency	緊急	紧急	khẩn cấp
김밥	Gimbap (Korean seaweed rice roll)	キンパ(海苔巻き)	紫菜包饭	Gimbap (cơm cuộn rong biển kiểu Hàn Quốc)
김장	Kimjang (traditional kimchi-making for winter)	キムジャン(キムチ漬けの行事)	腌制越冬辛奇的活动	Gimjang (việc muối kimchi,)
까다롭다	strict, demanding	厳しい	苛刻	khắt khe
깎아 주다	discount	値引きする	减少	giảm giá
꺼내다	take out, bring up	取り出す	取出	lấy ra
꺼리다	avoid	嫌がる	回避	tránh né
껌	gum	ガム	口香糖	kẹo cao su
껍데기	shell, skin	殻、皮	皮, 外壳	vỏ
꾸준히	consistently, steadily	着実に、コツコツと	持续	đều đặn
꿀맛	extremely delicious, sweet as honey	おいしい味、蜂蜜の味	美味	cực kỳ ngon, ngọt như mật ong
끄덕끄덕하다	nod	うなずく	点头	gật gù
끌어내리다	pull down	引きずり下ろす	拉下来	kéo xuống
끌어당기다	attract	引き寄せる	吸引	hút, kéo

어휘	영어	일본어	중국어	베트남어
나뉘다	be divided	分かれる	分为	được chia
나란히	side by side	並んで	并排	song song
나물	seasoned vegetables, wild greens	ナムル(和え物)	凉拌野菜	rau trộn, rau dại tầm giá vị
나아가다	go forward	進む	前进	tiến lên
나이롱 환자	fake patient	偽装患者	假伤患, 假病人	bệnh nhân giả vờ
나폴레옹	Napoleon	ナポレオン	拿破仑	Napoleon
난생처음	for the first time, for the very first time	生まれて初めて	平生第一次	lần đầu tiên trong đời
날고 기다	figurative: exceptionally talented	有名だ、優れている	有天赋	xuất chúng, giỏi giang
날렵하다	nimble, deft	軽快だ	敏捷	nhanh nhẹn, thoăn thoắt
남반구	southern hemisphere	南半球	南半球	bán cầu nam
남북	north and south	南北	南北	bắc và nam
남향	south-facing	南向き	朝南	hướng về phía nam
납덩어리	lump of lead	鉛の塊	铅块	thỏi chì
납부하다	pay (a fee, tax)	納付する	缴纳, 支付	nộp (phí, thuế)
낭비	waste	無駄	浪费	lãng phí
낯이 익다	familiar	見覚えがある	熟悉的	quen mặt
내리막	downhill	下り坂	下坡	dốc xuống
냅다	immediately	急に激しく	立即	ngay lập tức
냉각되다	be cooled	冷却される	冷却	bị làm lạnh
넉넉하다	abundant	十分だ	足够	đầy đủ, dư dả
녀석	guy	あいつ	小子, 家伙	thằng nhóc, gã
노동	labor	労働	劳动	lao động

어휘	영어	일본어	중국어	베트남어
노동력	labor force	労働力	劳动力	lực lượng lao động
노동자	worker, laborer	労働者	劳动者	người lao động
노란우산공제	yellow umbrella mutual aid (A government-protected program for small business owners in Republic of Korea)	ノランウサン共済	黄伞互助	Quỹ hỗ trợ dù vàng (một chương trình được chính phủ bảo vệ dành cho các chủ doanh nghiệp nhỏ ở Hàn Quốc)
노무라입깃해파리	Nomura's jellyfish	エチゼンクラゲ	越前水母	sứa Nomura
노출	exposure	露出	暴露, 流出	phơi nhiễm
노화	aging	老化	老化	sự lão hóa
노후	life after retirement, later years, old age	老後	晚年	cuộc sống sau khi nghỉ hưu
녹다	melt	溶ける	溶化	tan chảy
녹조현상	green tide, algal bloom	緑潮現象	绿潮现象	hiện tượng tảo lục, sự nở hoa của tảo
논란	controversy	論争、議論	争论	tranh cãi
농도	concentration	濃度	浓度	nồng độ
농어촌	farming and fishing communities	農漁村	农渔村	vùng nông thôn và ven biển
농업	agriculture, farming	農業	农业	nông nghiệp
농작물	crops	農作物	农作物	nông sản
높이다	increase	高める	增加	nâng cao, nâng lên
뇌	brain	脳	脑	não
누더기	ragged	ボロ服	破衣服	rách nát
눈앞	in front of one's eyes	目の前	眼前	trước mắt

어휘	영어	일본어	중국어	베트남어
눈에 띄다	noticeable	目立つ	看见的	nổi bật, dễ thấy
늘어나다	grow, increase, rise	増える	增长	gia tăng
늦추다	delay, slow down	遅らせる	延迟	làm chậm lại
님비 현상	NIMBY(Not In My Back Yard) phenomenon	NIMBY現象	邻避症候群	hiện tượng NIMBY(Not In My Back Yard)
다가가다	go near, approach	近づく、近づいていく	走上前去	đi đến gần, tiếp cận
다가오다	approach, come near	近づいてくる	来临	đến gần, tiến gần
다락	attic	屋根裏部屋	阁楼	gác xép
다문화 가정	multicultural family	多文化家庭、国際結婚家庭	多文化家庭	gia đình đa văn hóa
다문화 사회	multicultural society	多文化社会	多文化社会	xã hội đa văn hóa
다스리다	to rule, to govern	治める	治理	cai trị, thống trị
다양하다	be diverse, various	多様だ	各种	đa dạng
다회용기	reusable container	再利用容器	可重复使用的容器	hộp đựng tái sử dụng
단계	stage, step	段階	阶段	giai đoạn, bước
단발령	shorthairdecree (historical regulation to cut long hair)	断髪令	剃发令	sắc lệnh cắt tóc ngắn (quy định lịch sử về việc cắt tóc dài)
단백질	protein	タンパク質	蛋白质	protein, chất đạm
단속	crackdown, enforcement	取り締まり	取缔	kiểm soát, truy quét
단일화	unification	単一化	统一	đơn giản hóa
단체전	team event	団体戦	团体赛	thi đấu đồng đội
달라지다	change, alter	変わる	变化	thay đổi

어휘	영어	일본어	중국어	베트남어
달리다	run	走る	带有	chạy
달빛	moonlight	月の光、月光	月光	ánh trăng
담그다	make (kimchi)	漬ける	腌渍	muối(kimchi)
담그다	dip, immerse	浸す	浸泡	nhúng, ngâm
담다	contain	入れる	包含	chứa đựng
담임	homeroom teacher	担任	班主任	giáo viên chủ nhiệm
답사	exploration	踏査	实地参观	thăm dò, khảo sát
당시	at the time	当時	当时	khi đó
대기	wait	待機	等待	chờ đợi
대기	atmosphere	大気	大气	khí quyển
대기질	air quality	大気質	空气质量	chất lượng không khí
대동여지도	Daedongyeojido	大東輿地図	大东与地图	bản đồ Daedongyeojido
대두되다	arise	台頭する	出现	nổi lên
대략	approximately	大体、だいたい	大约	khoảng, xấp xỉ
대량	large quantity	大量	大量	số lượng lớn
대류 현상	convection current	対流現象	对流现象	hiện tượng đối lưu
대리운전	designated driver	代行運転	代驾	dịch vụ lái xe hộ
대박	huge success, great hit	すごい	给力, 棒	thành công lớn
대상	target, subject	対象	对象	đối tượng
대신	instead (of)	代わり(に)	代替	thay vì
대신하다	replace	代わりにする	代替	thay thế
대안	alternative	代案	备选方案	giải pháp thay thế

어휘	영어	일본어	중국어	베트남어
대응책	countermeasure, response measure	対応策	対策	biện pháp ứng phó
대응하다	respond to, deal with	対応する	应对	đối phó, ứng phó
대접하다	treat, serve	もてなす、ご馳走する	招待, 款待	tiếp đãi, chiêu đãi
대중교통	public transportation	公共交通	公共交通	giao thông công cộng
대책	countermeasure, measure	対策	対策	đối sách
대처하다	cope with	対処する	应对	đối phó, ứng phó
대표	typical	代表	代表	điển hình, tiêu biểu
대표적	representative, typical	代表的	代表性的	tiêu biểu
더미	pile, bale	堆積	堆, 垛	đống, chồng
더욱더	even more	いっそう、ますます	更加	hơn nữa
더하다	add	加える	增添	thêm vào
덜	less	より少なく	少	ít hơn
도구	tool	道具	工具	công cụ
도난	robbery	盗難	盗窃	vụ trộm cắp
도랑	ditch	水路	水沟	rãnh nước, mương
도로교통법	Road Traffic Act	道路交通法	交通法	Luật Giao thông Đường bộ
도마	chopping board	まな板	砧板	cái thớt
도수 치료	physiotherapy, manual therapy	徒手療法	物理疗法	vật lý trị liệu
도시락	lunch box	弁当	便当	cơm hộp
도입되다	be introduced	導入される	引入	được đưa vào
도입하다	introduce, adopt	導入する	引入	đưa vào

어휘	영어	일본어	중국어	베트남어
도전	challenge	挑戦	挑战	thử thách
독립하다	become independent	独立する	独立	độc lập
독성	toxicity	毒性	毒性	độc tính
독자	reader	読者	读者	độc giả
독특하다	unique, distinctive	独特だ	独特	độc đáo
돈독하다	become closer, strengthen (relationships)	（友情、絆などが）厚い	亲密，深厚	thắm thiết, sâu đậm
돌고래	dolphin	イルカ	海豚	cá heo
돌리다	turn	回す	转动	xoay, vặn
돌보다	take care of, look after	世話する	关照	chăm sóc, trông nom
돌아눕다	turn over	仰向けになる	翻转	quay người lại
동	bronze	銅	铜	huy chương đồng
동계 올림픽	winter olympics	冬季オリンピック	冬季奥运会	thế vận hội mùa đông
동국지도	Dongguk map	東国地図	东国地图	bản đồ Dongguk
동굴	cave	洞窟	洞穴	hang động
동등하다	equal	同等だ	同等	tương đương
동물	animal	動物	动物	động vật
동물성	animal-based, animal-derived	動物性	动物性	tính động vật, có nguồn gốc từ động vật
동반	accompany	同伴	同伴	sự đồng hành
동반하다	accompany	同伴する、伴う	伴随	đồng hành
동산	hill	丘	小山	ngọn đồi
동시	at the same time	同時	同时	đồng thời, cùng lúc
동식물	plants and animals	動植物	动植物	động thực vật

어휘	영어	일본어	중국어	베트남어
동영상	video	動画	视频	video
동점	tie, same score	同点	分数相同, 平局	hòa, tỉ số bằng nhau
동행하다	accompany	同行する	同行	đồng hành
되돌리다	return	元に戻す、返還する	归还	trả lại, hoàn trả
두뇌	brain	頭脳、脳	大脑	não bộ
둘러싸다	surround	囲む	包围	bao quanh
둘레길	trail, walking path	周回道	步道	đường mòn đi bộ
뒤집다	turnover, flip	ひっくり返す	翻	lật, đảo
들	fields	野原	田野	cánh đồng
들썩이다	stir	騒ぐ	沸腾	rung chuyển
들여다보다	look into	覗く	仔细看	nhìn vào
등급	rating	等級、レーティング	等级	cấp độ
등장	appear, emerge	登場	问世	xuất hiện
등재되다	be listed, registered	登録される	入选	được đăng ký
딛다	step	踏む	踏	bước
따다	quote	引用する	引用	trích dẫn
따르다	follow	従う、ついていく	根据	theo
딴사람	someone else	他人	别人	người khác
딸꾹질	hiccup	しゃっくり	打嗝	nấc cục
떠나보내다	lose	見送る	送走	tiễn đưa
떡	Tteok, ricecake	トッ（韓国の餅）	打糕	Tteok, bánh gạo
떨다	tremble	震える	颤抖	run rẩy
또한	also, in addition (to)	また	还有	hơn nữa, ngoài ra

어휘	영어	일본어	중국어	베트남어
똥통	bucket for feces and urine	肥桶	粪桶	thùng đựng phân và nước tiểu
뚜껑	lid	蓋	盖子	nắp
뚜렷해지다	become clear	明確になる	变清晰	trở nên rõ ràng
뛰어나다	excellent, outstanding	優れている	杰出	xuất sắc, vượt trội
뛰어오르다	jump up	飛び上がる	飞升	nhảy lên, bật lên
라이프 스타일	lifestyle, way of life	ライフスタイル	生活方式	phong cách sống
레몬	lemon	レモン	柠檬	chanh
레몬수	lemon water	レモン水	柠檬水	nước chanh
레오나르도 다빈치	Leonardo da vinci	レオナルド・ダ・ヴィンチ	达芬奇	leonardo da vinci
로봇	robot	ロボット	机器人	rô bốt
로제타석	Rosetta Stone	ロゼッタストーン	罗塞塔石碑	đá Rosetta
리	li(small town)	里	里	lý
마감하다	comes to an end, end	終える	结束	kết thúc
마련하다	prepare, establish	講じる	准备	chuẩn bị, thu xếp
마비	paralysis	麻痺	麻痹	tê liệt, liệt
마사지존	massage zone	マッサージゾーン	按摩区	khu vực mát-xa
마약	drug	麻薬	毒品	ma túy
마우스	mouse	マウス	鼠标	chuột
마차	carriage	馬車	马车	xe ngựa
마치	like	まるで	好像	giống như
마크	mark	マーク	商标	dấu, nhãn hiệu
막다	prevent, block	防ぐ	阻挡	ngăn chặn

어휘	영어	일본어	중국어	베트남어
막대기	stick	棒	棍, 棒	que, gậy
만	aged (e.g., those subject to military service aged 18 and above)	満	満	đủ (tuổi)
만료	expiration	満了	到期	hết hạn
만족도	satisfaction, contentment	満足度	満意度	mức độ hài lòng
많아지다	increase, become more	多くなる、増える	増多	trở nên nhiều hơn
말안장	saddle	鞍	马鞍	yên ngựa
망가지다	be broken	壊れる	受伤, 损坏	bị phá vỡ
맞춤형	customized, personalized	オーダーメイド	定做	theo yêu cầu, cá nhân hóa
매개체	medium	媒介	媒介	phương tiện
매체	media	メディア	媒体	phương tiện truyền thông
머무르다	stay	滞在する	停留	ở lại, dừng lại
먹거리	food, edibles	食べ物	吃的	thức ăn, đồ ăn
먹이	food	餌	食物	thức ăn
면역	immune	免疫	免疫	miễn dịch
면제	exemption	免除	免除	miễn
멸종	extinction	絶滅	灭绝	tuyệt chủng
명당	auspicious site, propitious site	明堂、運気の良い場所	宝地	vị trí tốt, đất lành
명품	luxury goods	高級ブランド	名牌	hàng hiệu
명확해지다	become clear	明確になる	变得清楚	trở nên rõ ràng
모니터	monitor, screen	モニター	显示器	màn hình
모색하다	seek to, look for	模索する	寻找, 摸索	tìm kiếm, thăm dò

어휘	영어	일본어	중국어	베트남어
모습	appearance	姿	样子	hình ảnh
모집하다	recruit, gather	募集する	招募	tuyển mộ, tập hợp
모포	blanket	毛布	毯子	chăn, mền
목줄	leash	首輪	狗链	dây xích chó
목표	goal, aim, purpose	目標	目标	mục tiêu
몰다	drive	運転する	驾驶	lái
몰래	secretly	内緒で、こっそり	偷偷地	lén lút
몰리다	be crowded	押し寄せる	聚集	bị dồn vào
몸속	inside the body	体内	体内	bên trong cơ thể
무늬	pattern	模様	图案	hoa văn, họa tiết
무단	unauthorized	無断	擅自	tự ý
무단횡단	jaywalking	無断横断	乱过马路	băng qua đường trái phép
무덤	grave	墓	墓地	lăng mộ
무리하다	overdo	無理する	不合理	làm quá sức
무시하다	disregard, neglect	無視する	无视	coi thường
무역	trade, commerce	貿易	贸易	thương mại, mậu dịch
무인	unmanned	無人	无人	không người lái
무조건	unconditionally	無条件に、必ず	无条件的, 一定	vô điều kiện
문득	suddenly	ふと	突然	bỗng nhiên
문어	octopus	タコ	章鱼	bạch tuộc
문자	letters	文字	文字	chữ viết, ký tự
문학	literature	文学	文学	văn học
문해력	literacy	リテラシー	读写能力	khả năng đọc hiểu

어휘	영어	일본어	중국어	베트남어
문화재	cultural heritage	文化財	文化遗产	di sản văn hóa
문화재청	cultural heritage administration	文化財庁	文化遗产厅	cục di sản văn hóa
문화적	cultural	文化的	文化的	thuộc về văn hóa
문화지	cultural magazine	文化誌	文化杂志	tạp chí văn hóa
묻다	bury	埋める	埋葬	chôn, vùi
묻히다	be covered with	まみれる、塗りたくられる	被涂上	bị dính
물가	price	物価	物价	giá cả
물러나다	step down, withdraw	退く	退下, 下台	rút lui, thoái vị
물리치다	defeat	打ち負かす	击败	đánh bại
물속	underwater	水中	水中	dưới nước
물장구	splash in the water	水遊び	水鼓	vầy nước, nghịch nước
물질	substance, material	物質	物质	vật chất
물체	object	物体	物体	vật thể
미관	appearance	景観	美观	vẻ mỹ quan
미군	U.S. military	米軍	美军	quân đội Hoa Kỳ
미라	mummy	ミイラ	木乃伊	xác ướp
미로	maze	迷路	迷途	mê cung
미생물	microorganisms	微生物	微生物	vi sinh vật
미치다	affect	(影響を)及ぼす	影响	ảnh hưởng, tác động
미치다	go crazy	狂う	疯	phát điên, nổi điên
민무늬 토기	plain pottery	無文土器	无釉陶	đồ gốm không hoa văn
민족의 영산	the sacred mountain of the nation	民族の霊山	国家的圣山	ngọn núi thiêng của dân tộc

어휘	영어	일본어	중국어	베트남어
밀려나다	be pushed out	押し出される、追いやられる	被挤出来	bị đẩy ra
바닷물	seawater	海水	海水	nước biển
바람직하다	desirable, ideal	望ましい	理想的	đáng mong muốn
바이오 프린팅	bioprinting	バイオプリンティング	生物打印	in sinh học
바치다	offer	捧げる	供奉, 献上	dâng, cúng
바퀴벌레	cockroach	ゴキブリ	蟑螂	con gián
바탕	foundation, basis	土台	基础	nền tảng, cơ sở
박리다매	high-volume low-margin	薄利多売	薄利多销	lãi ít bán nhiều
박사	doctor	博士	博士	tiến sĩ
박테리아	bacteria	バクテリア	细菌	vi khuẩn
박하	mint	ミント	薄荷	bạc hà
반납	return	返却	返还	hoàn trả
반달가슴곰	Asiatic black bear	ツキノワグマ	亚洲黑熊	gấu đen Châu Á
반대쪽	the opposite side	反対側	反方向	phía đối diện
반려동물	companion animal	ペット	宠物	động vật đồng hành, thú cưng
반면	on the other hand	反面	反面	mặt khác
반복하다	repeat	繰り返す	反复	lặp lại
반영되다	bereflected	反映される	反映	được phản ánh
반응	response	反応	反应	phản ứng
반항	rebellion, disobedience	反抗	反抗	sự phản kháng
발견	discovery	発見	发现	sự khám phá, phát hiện
발견되다	be discovered	発見される	发现	được phát hiện
발견하다	discover	発見する	发现	phát hiện

어휘	영어	일본어	중국어	베트남어
발달	advancement, development	発達	发达	sự phát triển
발뒤꿈치	heel	かかと	脚后跟	gót chân
발명하다	invent, create	発明する	发明	phát minh
발생시키다	generate, cause	発生させる	产生	gây ra
발생하다	occur, happen	発生する	发生	phát sinh
발열	fever, pyrexia	発熱	发热	phát sốt, sốt
발자취	footprint, trace	足跡	足迹	dấu chân, vết tích
발전소	power plant	発電所	发电站	nhà máy điện
발전하다	develop	発展する	发展	phát triển
발효	fermentation	発酵	发酵	sự lên men, ủ men
발효식품	fermented food	発酵食品	发酵食品	thực phẩm lên men
밝히다	announce, reveal	明らかにする	宣布, 表明	làm rõ, làm sáng tỏ
밟다	step on	踏む	踩	đạp, dẫm
방사성 탄소	radiocarbon, radioactive carbon	放射性炭素	放射性碳	cacbon phóng xạ
방수	waterproof	防水	防水	chống thấm nước
방식	method, style	方式	方式	phương thức
방안	solution, plan	案、方策	方案	phương án
방재	disaster prevention	防災	防灾	phòng chống thiên tai
방해하다	interfere, interrupt	妨害する	妨碍	cản trở, làm phiền
배경	background	背景	背景	bối cảnh
배려	consideration	配慮	考虑, 关怀	sự quan tâm

어휘	영어	일본어	중국어	베트남어
배려하다	consider	配慮する	关怀	quan tâm, chu đáo
배설물	excrement	排泄物	排泄物	chất thải
배은망덕하다	ingratitude, thanklessness	恩知らずだ	忘恩负义	vô ơn bạc nghĩa
배출되다	be emitted, be discharged	排出される	排出	được thải ra
백성	people	民、百姓	百姓	dân chúng
버섯	mushroom	きのこ	蘑菇	nấm
번거롭다	be bothersome, hassle	面倒だ、煩わしい	麻烦	phiền phức, rắc rối
번식	reproduce	繁殖	繁殖	sự sinh sản
번식하다	reproduce	繁殖する	繁殖	sinh sản
벌금	fine, penalty	罰金	罚金	tiền phạt
범죄	crime	犯罪	犯罪	tội phạm
벗	friend, companion	友	朋友	bạn bè, người đồng hành
베끼다	copy	写す	誊抄	sao chép
베스트셀러	bestseller	ベストセラー	畅销书	sách bán chạy nhất
벼룩시장	flea market	フリーマーケット	跳蚤市场	chợ trời, chợ đồ cũ
벽화	mural, mural painting	壁画	壁画	bích họa, tranh tường
변화	change	変化	变化	sự thay đổi, biến đổi
변화되다	change, be transformed	変化する	变化	bị thay đổi, biến đổi
별빛	starlight	星の光	星光	ánh sao
볏짚	rice straw	わら	稻草	rơm rạ

어휘	영어	일본어	중국어	베트남어
병역	military service	兵役	兵役	nghĩa vụ quân sự
병원균	pathogen	病原菌	病菌	mầm bệnh
병원성	pathogenic	病原性	致病性的	có tính gây bệnh
병행	combine, doing things simultaneously	並行	并行	kết hợp
보건복지부	Ministry of Health and Welfare	保健福祉部	保健福祉部	Bộ Y tế và Phúc lợi
보건소	health center	保健所	保健所	trung tâm y tế, trạm y tế
보관	storage	保管する	保管	sự bảo quản
보관하다	store	保管する	保管	bảo quản
보디페인팅	body painting	ボディペイント	人体彩绘	vẽ trên cơ thể
보령 머드 축제	Boryeong mud festival	保寧マッドフェスティバル	保宁泥浆节	lễ hội bùn Boryeong
보리	barley	麦	大麦	lúa mạch
보리술	barley wine	麦酒	大麦酒	rượu lúa mạch
보상하다	compensate	補償する	补偿	bồi thường
보장받다	be guaranteed	保障される	得到保障	được đảm bảo
보장하다	guarantee, ensure	保障する	保障	đảm bảo
보존하다	preserve	保存する	保存	bảo tồn
보행자	pedestrian	歩行者	行人	người đi bộ
보험	insurance, coverage	保険	保险	bảo hiểm
보험금	insurance money	保険金	保险金	tiền bảo hiểm
보험료	insurance premium	保険料	保险费	phí bảo hiểm
보험사	insurance company	保険会社	保险公司	công ty bảo hiểm
보호	protection	保護	保护	sự bảo hộ, bảo vệ

어휘	영어	일본어	중국어	베트남어
보호하다	protect	保護する	保护	bảo hộ
복리이자	compound interest	複利利子	复利	lãi kép
복원	restoration	復元	恢复, 复原	phục hồi
복학	return to school	復学	复学	trở lại trường học
본격적	full-scale	本格的	全面的	quy mô lớn
본국	home country	本国	本国	quê hương
본연	inherent, natural	本来、生まれつき	本来	bản chất, vốn có
봄맞이	welcoming spring, spring greeting	春を迎えること	迎春	đón xuân, chào xuân
부과되다	be imposed	科される	征收	bị đóng phí
부과하다	impose	課す	征收	áp đặt, đánh (thuế)
부담	burden	負担	负担	gánh nặng
부담감	sense of burden	負担感	负担	gánh nặng, áp lực
부담금	liability amount	負担金	负担金额	khoản phí, tiền phải nộp
부담하다	bear, take on	負担する	负担	đảm trách, chịu trách nhiệm
부당하다	unfair	不当だ	不当	bất hợp lý
부대	military unit	部隊	部队	đơn vị quân đội
부대찌개	Budaejjigae (spicy sausage stew)	プデチゲ	部队锅	Budaejjigae (món canh hầm thập cẩm)
부딪치다	bump into	ぶつかる	碰撞	va vào
부모	parents	両親	父母	cha mẹ
부수입	side income	副収入	额外收入	thu nhập phụ
부실기업	failing business	不良企業	经营不善的企业	doanh nghiệp yếu kém

어휘	영어	일본어	중국어	베트남어
부양하다	support	扶養する	贍養	nuôi dưỡng
부유하다	be wealthy	裕福だ	富裕	giàu có
부자연스럽다	be unnatural, be awakward	不自然だ	不自然	không tự nhiên, gượng gạo
부작용	side effect	副作用	副作用	tác dụng phụ
부정적	negative	否定的	消极的	tiêu cực
부족	tribe	部族	部落	bộ tộc
부종	edema, swelling	腫れ、むくみ	浮肿	phù nề, sưng tấy
북반구	northern hemisphere	北半球	北半球	bán cầu bắc
북부	northern region	北部	北部	miền bắc
북상하다	move northward	北上する	北上	di chuyển lên phía bắc
분뇨	nightsoil, manure, humanwaste	ふん尿、肥料、糞尿	肥料, 糞便	phân và nước tiểu
분리하다	separate	分別する	分开	phân loại
분야	field	分野	领域	lĩnh vực
분해자	decomposer	分解者	分解者	vi sinh vật phân hủy
분해하다	ecompose	分解する	分解者	phân hủy
불가	not suitable for viewing	不可	不可	không thể
불교	buddhism	仏教	佛教	phật giáo
불구하다	despite	（〜にも）かかわらず	尽管	bất chấp
불꽃 축제	fireworks festival	花火大会	烟花节	lễ hội pháo hoa
불리다	to be called, to be named	呼ばれる	被叫做	được gọi là
불만	dissatisfaction, grievance	不満	不满	sự bất mãn
불법	illegal	違法	非法	bất hợp pháp

어휘	영어	일본어	중국어	베트남어
불안정	instability	不安定	不稳定	sự không ổn định
불평등	inequality	不平等	不平等	sự bất bình đẳng
불필요하다	unnecessary	不必要だ	不必要	không cần thiết
불행하다	unfortunate	不幸だ	不幸	bất hạnh
불확실성	uncertainty	不確実性	不确定性	tính không chắc chắn
붉은 간 토기	red-fired pottery	赤色磨研土器	红陶	đồ gốm nung đỏ
붙다	stick to	付く	贴, 附着	dán vào, gắn vào
브랜드	brand	ブランド	品牌	thương hiệu
비건	vegan, plant-based	ヴィーガン	素食	thuần chay
비료	fertilizer, manure	肥料	肥料	phân bón
비석	stele, memorial stone	石碑	石碑	bia đá
비용	cost, expense	費用	费用	chi phí
비유적	figurative	比喩的	比喻	mang tính ẩn dụ
비유하다	compare metaphorically	比喩する	比喻	so sánh ẩn dụ, ví von
비정상적	abnormal, irregular	異常な	不正常的	bất thường
비즈니스	business	ビジネス	商业	kinh doanh
비추다	reflect	照らす, 映す	照	phản chiếu
비치다	appear, show	映る	显现	xuất hiện, hiển thị
비타민	vitamin	ビタミン	维生素	vitamin
비타민C	vitamin C	ビタミンC	维生素c	vitamin C
빈혈	anemia	貧血	贫血	thiếu máu
빛	light	光	光	ánh sáng
빛나다	shine	輝く	发光	tỏa sáng
뼈	bone, skeletal structure	骨	骨头	xương

어휘	영어	일본어	중국어	베트남어
뽀빠이	Popeye (cartoon character)	ポパイ	大力水手	Popeye
뿌리	root	根	根	rễ cây
사각지대	blind spot	死角	盲区, 死角	điểm mù
사각형	rectangle, square	四角形	四边形	hình tứ giác
사건	event, case	事件	事件	sự kiện, vụ việc
사고	thinking, thought	思考	思考	suy nghĩ, tư duy
사기	fraud	詐欺	诈骗	sự gian lận, lừa đảo
사라지다	disappear	消える	消失	biến mất
사례	case	事例	事例	trường hợp, ví dụ
사상	thought, ideology	思想	思想	tư tưởng
사실무근	groundless, unfounded	事実無根	没有事实根据	vô căn cứ
사용법	usage	使用法	使用方法	cách sử dụng
사원	employee	社員	职员	nhân viên
사이트	site	サイト	网站	trang web
사전	advance	事前	事先	trước đó
사찰	temple	寺院	寺庙	chùa, tự viện
사회	society	社会	社会	xã hội
사회적	social	社会的	社会的	thuộc về xã hội
산불	wildfire, forest fire	山火事	山火	cháy rừng
산소	oxygen	酸素	氧气	oxy
살림을 꾸리다	manage household	家事を切り盛りする	管理家庭	thu vén gia đình
살아가다	live	生きていく	生存	sống, tồn tại
살아오다	live through, survive	生き抜く	存活	sống qua, trải qua

어휘	영어	일본어	중국어	베트남어
살펴보다	look at	調べる	查看	xem xét
삶	life	人生、生活、暮らし	人生	cuộc sống
삶다	boil (vegetables)	茹でる、煮る	煮	luộc(rau)
삼다	take	～とする	当作	coi như
삼키다	swallow	飲み込む	吞咽	nuốt
상담	counseling	相談	咨询	tư vấn
상대	counterpart, opposite side	相手	对方	đối tác, đối phương
상대방	the other person	相手	对方	đối phương
상류층	upper class (the wealthy)	上流層	上流层	tầng lớp thượng lưu
상상	imagination	想像	想象力	sự tưởng tượng
상상하다	imagine	想像する	想象	tưởng tượng
상승	increase	上昇	上升	sự tăng lên
상승하다	rise	上昇する	上升	tăng lên
상의	top (clothing)	上着	上衣	áo(phần trên của trang phục)
상인	merchant, trader	商人	商人	thương nhân
상징적	symbolic	象徴的	象征性的	mang tính biểu tượng
상징하다	symbolize	象徴する	象征	tượng trưng
상태	condition, state	状態	状态	tình trạng, trạng thái
상형문자	hieroglyphs	象形文字	象形文字	chữ tượng hình
상호 작용	interaction	相互作用	相互作用	tương tác lẫn nhau
상황	situation, circumstance	状況	情况	hoàn cảnh, tình hình
새기다	inscribe, carve	刻む	刻	khắc, chạm

어휘	영어	일본어	중국어	베트남어
새끼	baby (animal), cub	（動物の）子ども	幼崽	con vật non, con vật mới sinh
새어머니	stepmother	継母	继母	mẹ kế
새장	birdcage	鳥かご	鸟笼	lồng chim
샛길	shortcut, unofficial trail	抜け道	支路, 岔路	đường tắt
생	life	人生	人生	cuộc đời
생계	livelihood	生計	生计	sinh kế
생계유지	livelihood	生計維持	维持生计	duy trì kế sinh nhai
생명	life	生命	生命	sinh mệnh
생물	organism, living creature	生物	生物	sinh vật
생산	production	生産	生产	sự sản xuất
생산되다	produced, manufactured	生産される	生产	được sản xuất
생산자	producer	生産者	生产者	nhà sản xuất
생산하다	produce	生産する	生产, 制造	sản xuất
생생하다	vivid	鮮やかだ、生々しい	鲜活	sống động
생성되다	be produced, be generated	生成される	生成	được tạo ra
생태계	ecosystem	生態系	生态系统	hệ sinh thái
생활 리듬	daily rhythm	生活リズム	生活节奏, 生物钟	nhịp sống hàng ngày
생활화하다	make part of daily life, turn into a habit	習慣化する	成为习惯	biến thành thói quen hàng ngày
서민	common people, citizens	庶民	普通人	dân thường
서식지	habitat	生息地	栖息地	nơi cư trú
서양식	Western style	西洋式	西式	kiểu phương tây

어휘	영어	일본어	중국어	베트남어
서울풍물시장	Seoul folk flea market	ソウル風物市場	首尔风物市场	chợ đồ cũ Seoul
선	line	線	线	đường kẻ
선보이다	showcase	披露する	亮相	ra mắt
선비	confucian scholar, scholar	士人(学識ある儒者)	儒生	nhà nho, học giả
설치되다	be installed	設置される	设置, 安装	được lắp đặt
섬머타임제도	daylight saving system during the summer	サマータイム制度	夏令时	chế độ giờ mùa hè
섭취하다	take, intake	摂取する	摄取	hấp thụ
성공적	successful	成功(裏)	成功的	thành công
성별	gender	性別	性别	giới tính
성분	ingredient, component	成分	成分	thành phần
성서	bible	聖書	圣经	kinh thánh
성인	adult	成人	成人	người trưởng thành
성장	growth	成長	成长	sự tăng trưởng
성장하다	grow, develop	成長する	成长	tăng trưởng, phát triển
성체	adult (organism)	成体	成年	cá thể trưởng thành
성충	adult insect, imago	成虫	成虫	côn trùng đã đến tuổi sinh sản
성평등	gender equality	性平等	性别平等	bình đẳng giới
세금	tax	税金	税	thuế
세기	century	世紀	世纪	thế kỷ
세대	generation	世代	世代	thế hệ
세력	intensity	勢力	强度	cường độ, thế lực
세월	time, years	歳月、年月	岁月	thời gian, năm tháng

어휘	영어	일본어	중국어	베트남어
세척제	cleanser	洗浄剤	清洁剂	chất tẩy rửa
소득공제	tax deduction	所得控除	税收减免	khấu trừ thu nhập
소리를 내지르다	scream	叫ぶ	喊出声	hét lên
소변	urine	尿	尿	nước tiểu
소비	consumption	消費	消费	sự tiêu dùng
소비자	consumer	消費者	消费者	người tiêu dùng
소상공인	small business owner	小商工人	小企业主	chủ doanh nghiệp nhỏ
소시지	sausage	ソーセージ	香肠	xúc xích
소요되다	take time	所要する、かかる	需要	mất (thời gian)
소울 푸드	comfort food, soul food	ソウルフード	慰藉食物	món ăn tinh thần, món ăn quen thuộc
소유하다	own, possess	所有する	拥有	sở hữu, có
소음	noise	騒音	噪音	tiếng ồn
소장되다	be stored, kept	所蔵される	收藏	được lưu giữ
소재	material	素材	材料	vật liệu
소통하다	communicate	疎通する、通じ合う	沟通	giao tiếp, trao đổi
소풍날	picnic day	遠足の日	去郊游的日子	ngày dã ngoại, ngày đi chơi
소화	digestion	消化	消化	tiêu hóa
속하다	belong to	属する	属于	thuộc về
손상	damage, injury	損傷	损伤	tổn thương
솜	cotton	綿	棉	bông gòn
솜씨	skill	腕前	技术	kỹ năng, tài nghệ

어휘	영어	일본어	중국어	베트남어
쇼크	shock	ショック	休克	sốc
수거	collection, pickup	回収	回收	thu gom
수그러들다	die down, subside	鎮まる、おさまる	消退	dịu xuống
수급	supply and demand	需給	供需	cung và cầu
수단	means, method	手段	手段, 方法	phương tiện, cách thức
수량	quantity	数量	数量	số lượng
수리	repair	修理	修理	sửa chữa
수립하다	make a plan, establish a plan	樹立する	树立, 制定	lập kế hoạch
수면	sleep	睡眠	睡眠	giấc ngủ
수면시간	sleep time	睡眠時間	睡眠时间	thời gian ngủ
수분	hydration, water	水分	水分	độ ẩm
수비	defense	守備	防守	phòng thủ
수세미	sponge, scrubbing brush	たわし	洗碗布	miếng rửa bát
수용성	water-soluble	水溶性	水溶性	tan trong nước
수입품	imported goods, foreign products	輸入品	进口商品	hàng nhập khẩu
수작업	handmade, manual work	手作業	手工	thủ công
수저계급론	spoon class theory (a metaphorical concept dividing social classes)	スプーン階級論	社会阶级论	thuyết giai cấp
수준	level	水準	程度	mức độ
수혈	blood transfusion	輸血	输血	truyền máu
숙박	accommodation	宿泊	住宿	nơi lưu trú
숙이다	bow	うつむく、(頭を)下げる	低垂, 耷拉	cúi đầu

어휘	영어	일본어	중국어	베트남어
순간적	momentary	瞬間的	瞬间的	khoảnh khắc, nhất thời
순환하다	circulate	循環する	循环	tuần hoàn
숨을 고르다	catch one's breath	呼吸を整える	屏住呼吸	thở đều, lấy lại hơi
숲	forest	森	森林	rừng
스마트폰	smartphone	スマートフォン	智能手机	điện thoại thông minh
스스로	oneself	自ら	自己	tự mình
스트라이크 존	strike zone	ストライクゾーン	好球带	vùng ném bóng
스티로폼	styrofoam	発泡スチロール	泡沫塑料	xốp
스틱스	Styx	スティクス	冥河	sông Styx
스포츠	sports	スポーツ	体育运动	thể thao
스포츠카	sports car	スポーツカー	跑车	xe thể thao
습도	humidity	湿度	湿度	độ ẩm
승하차 서비스	ride-hailing service	乗り降りサービス	网约车服务	dịch vụ gọi xe
시	poetry	詩	诗	thơ
시금치	spinach	ほうれん草	菠菜	rau chân vịt
시대	era, period	時代	时代	thờiđại, kỳnguyên
시루	Siruh, steamingvessel orricecake	蒸し器	蒸笼	Siruh (chõ hấp bánh gạo)
시범	trial, demonstration	試験的	示范	thử nghiệm
시선	gaze	視線	视线	ánh mắt
시설	facility, facilities	施設	设施	cơ sở, thiết bị
시스템	system	システム	体系, 制度	hệ thống
시인	poet	詩人	诗人	nhà thơ

어휘	영어	일본어	중국어	베트남어
시절	days	時代	时节	thời kỳ
시청자	viewer	視聴者	观众	người xem truyền hình
시행되다	beenforced, be implemented	施行される	实施	đượcthihành, đượcthựchiện
시행하다	implement	施行する	实施	thi hành
시험장	test center	試験場	考场	địa điểm thi
식기	dishware	食器	餐具	bát đĩa, dụng cụ ăn uống
식량	food supply	食料	粮食	nguồn cung cấp thực phẩm
식물	plant	植物	植物	thựcvật, câycối
식물성	plant-based, plant-derived	植物性	植物性	tính thực vật, có nguồn gốc từ thực vật
식비	food expenses, cost of food	食費	饮食开销	chi phí ăn uống
식욕	appetite	食欲	食欲	sự thèm ăn
식재료	ingredients	食材	食材	nguyên liệu thực phẩm
식품위생법	Food Sanitation Act	食品衛生法	食品卫生法	Luật Vệ sinh An toàn Thực phẩm
신	god	神	神	thần
신고하다	report, declare	通報する	举报	báo cáo, khai báo
신선식품	fresh food	新鮮食品	新鲜食品	thực phẩm tươi
신속하다	swift, prompt	迅速だ	迅速	nhanh chóng
신입	new recruit	新入	新进	nhân viên mới
신체	body	身体	身体	cơ thể
신체적	physical	身体的	身体的	thuộc về thể chất, cơ thể

어휘	영어	일본어	중국어	베트남어
신형	new model	新型	新型	mẫu mới, kiểu mới
신호등	traffic light	信号機	红绿灯	đèn giao thông
실	thread	糸	线	sợi chỉ
실력	skill, ability	実力	实力	kỹ năng, năng lực
실시간	real-time	リアルタイム	实时	thời gian thực
실시하다	implement, conduct	実施する	实施	tiến hành
실용성	practicality	実用性	实用性	tính thực tế, tính hữu dụng
실용적	practical	実用的	实用的	thiết thực
실점하다	lose a point	失点する	丢分	mất điểm
실제로	actually, really	実際に	实际上	theo thực tế
실천	practice, action	実践	实践	thực hành
실험	experiment	実験	实验	thí nghiệm
심각하다	be serious, be severe	深刻だ	严重的	nghiêm trọng
심리	psychology	心理	心理	tâm lý
심장	heart, cardiac organ	心臓	心脏	tim
심지어	even	さらには	甚至	thậm chí, ngay cả
심폐 소생술	CPR (cardiopulmonary resuscitation)	心肺蘇生術	心肺复苏术	hồi sức tim phổi (CPR)
심화되다	intensify	深刻化する	加剧	trở nên trầm trọng
쌀독	rice jar	米びつ	米缸	chum đựng gạo, thùng gạo
쌓이다	accumulate, build up	たまる、積もる	堆积	tích tụ, chồng chất
쏘이다	be stung	刺される	被蛰	bị chích, bị đốt
쓰러지다	collapse	倒れる	倒下	gục ngã, sụp đổ

어휘	영어	일본어	중국어	베트남어
쓰이다	be used	使われる	被使用	được sử dụng
아동	child	児童	儿童	nhi đồng
아무런	no action, no response	何の	任何	không có bất kỳ
아시안게임	Asian games	アジア競技大会	亚运会	đại hội thể thao Châu Á
아이디어	idea	アイデア	想法	ý tưởng
아킬레스	Achilles	アキレス	阿喀琉斯	thần A-sin
아킬레스건	Achilles' tendon, Achilles' heel (vulnerable point, weak point)	アキレス腱	跟腱	gót chân A-sin (chỉ nhược điểm, điểm yếu)
악당	villain	悪党	恶棍	kẻ ác
악수하다	shake hands	握手する	握手	bắt tay
안전성	safety, security	安全性	安全性	tính an toàn
안정시키다	stabilize, calm	安定させる	使稳定	làm ổn định
안정적	stable	安定的	稳定的	ổn định
안타깝다	unfortunate	残念だ	不幸的	đáng tiếc
알려지다	become known	知られる	为人所知	được biết đến
알아내다	find out, discover	突き止める	找到	tìm ra, khám phá ra
알아듣다	understand	聞き取る	听懂	nghe hiểu
암기하다	memorize	暗記する	背诵	học thuộc lòng
암석	rock	岩石	岩石	đá
암표	scalped ticket, illegal ticket	闇チケット	黄牛票	vé chợ đen
압박하다	compress	圧迫する	压迫	ép, nén
앞당기다	advance, move up	繰り上げる	提前	đẩy lên sớm
앞두다	be about to, be on the verge of	控える	即将	sắp

어휘	영어	일본어	중국어	베트남어
앞서	previously	先に	领先	trước đó
앞서다	ahead	先立つ	领先	đi trước
애견	pet dog	愛犬	宠物狗	chó cưng
애니메이션	animation	アニメーション	动画片	phim hoạt hình
애쓰다	try	努力する、苦労する	努力	cố gắng
앱	app (application)	アプリ	应用程序	ứng dụng (điện thoại)
야영	camping	野営	露营	cắm trại
야외	outdoors	野外	室外	ngoài trời
약물	medication, substance	薬物	药物	thuốc, dược phẩm
약점	weakness	弱点	弱点	điểm yếu
약탈	theft	略奪	掠夺	cướp bóc
양	amount, quantity	量	量	lượng
양국	both countries	両国	两国	hai nước
양식	style	様式	样式	kiểu, phong cách
어김없이	without fail, as always	必ず、例外なく	一定, 必须	chắcchắn, luônluôn
어미	mother (animal)	（動物の）母	妈妈	con mẹ (chỉ động vật con cái đã sinh con)
어업	fishing industry	漁業	渔业	ngư nghiệp
어쩌면	perhaps	もしかすると	也许, 可能	có lẽ
어차피	anyway	どうせ	反正	dù sao thì
억제하다	suppress, control	抑制する	抑制	ức chế, kiểm soát
얼마만큼	how much	どれくらい	多大程度	bao nhiêu, đến mức nào
얼어 죽다	freeze to death	凍え死ぬ	冻死	chết cóng

어휘	영어	일본어	중국어	베트남어
얽히다	entangle, intertwine	絡まる	缠绕	vướng víu
업데이트	update	アップデート	升级	cập nhật
업사이클	upcycle	アップサイクル	升级改造	tái chế nâng cao
업체	company, business	業者	企业, 公司	công ty, doanh nghiệp
없애다	eliminate, get rid of	なくす、除去する	去除	loại bỏ, khử
엉덩이	buttocks, bottom	お尻	屁股	mông
에너지	energy	エネルギー	能源	năng lượng
엘 시스테마	El Sistema	エル・システマ	音乐救助体系	El Sistema
여건	conditions, circumstances	条件	条件	điều kiện, hoàn cảnh
여겨지다	be considered	思われる	被认为	được coi là
여름철	summer season	夏季	夏季	mùa hè
여백	margin, blank	余白	空白	khoảng trắng
여부	whether it passes	可否	与否	có hay không
여유	looseness, generous fit	余裕	宽裕	sự thoải mái, rộng rãi
여정	journey	旅程	旅程	hành trình
역량	competence	力量	能力	năng lực
역사가	historian, history	歴史家	历史学家	nhà sử học
역할	role	役割	作用	vai trò
연계하다	link, connect	連携する	连接	liên kết, kết nối
연관	relation, connection	関連	有关联	liên quan
연구	research, study	研究	研究	nghiên cứu
연구용	for research purposes	研究用	研究用	dùng cho nghiên cứu
연대측정법	carbon dating (dating method)	年代測定法	定年法	phương pháp xác định niên đại bằng cacbon

어휘	영어	일본어	중국어	베트남어
연령대	age group	年齢層	年龄段	độ tuổi
연봉	salary	年俸	年薪	lương năm
연장전	overtime	延長戦	加时赛	hiệp phụ, thời gian bù giờ
열거하다	enumerate	列挙する	列举	liệt kê
열대	tropical	熱帯	热带	nhiệt đới
열악하다	poor	劣悪だ	恶劣	thiếu thốn, nghèo nàn
영상	video	映像	视频	video, hình ảnh
영상물	video content	映像物	影视作品	nội dung video
영양	nutrition	栄養	营养	dinh dưỡng
영양분	nutrient	栄養分	养分	chất dinh dưỡng
영양소	nutrient	栄養素	营养素	chất dinh dưỡng
영웅	hero	英雄	英雄	anh hùng
영주권	permanent residency	永住権	永驻权	quyền thường trú
영향	influence, effect	影響	影响	sự ảnh hưởng
예	example	例	例子	ví dụ
예능	entertainment show	バラエティ（番組）	娱乐节目	chương trình giải trí
예능	variety, entertainment	バラエティ	综艺娱乐	giải trí
예를 들어	for example, for instance	例えば	例如	ví dụ, chẳng hạn
예민하다	sensitive	敏感だ	敏锐	nhạy cảm
예방	prevention	予防	预防	phòng ngừa
예상	forecast, expect	予想	预料	dự đoán
예상되다	expected, anticipated	予想される	预料	được dự đoán
예상하다	expect, anticipate	予想する	预计, 预想	dự đoán, ước tính

어휘	영어	일본어	중국어	베트남어
예전	olddays, the past	昔、以前	过去	ngàyxưa, trướcđây
예정	schedule, be planned	予定	计划	dự kiến
예측	predict	予測	预测	dự đoán
오남용	misuse, abuse	誤用と乱用	误滥用	lạm dụng, sử dụng sai mục đích
오늘날	today, nowadays	今日	今天	ngày nay
오디오북	audiobook	オーディオブック	有声读物	sách nói, audiobook
오랜	long-lasting	長い(長期間)	很久, 漫长	lâu dài, trải qua thời gian dài
오류	error, mistake	エラー	错误	lỗi, sai sót
오르막	uphill	上り坂	上坡	dốc lên
오름	Oreum, volcanic cone	オルム、寄生火山	山坡	Oreum, nón núi lửa
오버 투어리즘	overtourism	オーバーツーリズム	过度旅游	quá tải du lịch
오염	pollution	汚染	污染	ô nhiễm
오케스트라	orchestra	オーケストラ	管弦乐团	dàn nhạc giao hưởng
오토바이	motorcycle	オートバイ	摩托车	xe máy
오해	misunderstanding	誤解	误解	sự hiểu lầm
오히려	rather	むしろ	反而	ngược lại
온	all, whole	全(全体の意味)	全, 所有	tấtcả, toànbộ
온라인	online	オンライン	网上	trực tuyến
온몸	all over the body	全身	全身	toàn thân
올라서다	climb	登る	爬上	leo lên
올바르다	proper, correct	正しい	合理, 正确	đúng đắn, chính xác

어휘	영어	일본어	중국어	베트남어
옮다	spread, transfer	うつる	传播	lây lan
완성되다	becompleted, befinished	完成する	完成	hoàn thành
완성체	completed form	完成形	完成本	dạng hoàn chỉnh
완전히	completely	完全に	完全地	hoàn toàn
왕겨	rice husk	もみ殻	米糠	vỏ trấu
왕비	queen	王妃	王妃	vương phi
왕창	a lot	たくさん	很多	rất nhiều
외교	diplomacy	外交	外交	ngoại giao
외마디	exclamation	短い一言	短句	một lời thốt
외치다	shout	叫ぶ	高喊	hét lên
외침	shout	叫び	呼喊	tiếng hét
요구	demand, requirement	要求	要求	yêu cầu
요번	this time	今回	这次	lần này
요새	these days	最近	最近	dạo này
요소	element, factor	要素	要素	yếu tố
용기	container	容器	容器	đồ đựng, vật chứa
용품	accessories	用品	用品	đồ dùng, vật phẩm
우연히	by chance, accidentally	偶然に	偶然	tình cờ, ngẫu nhiên
우주 비행사	astronaut	宇宙飛行士	宇航员	nhà du hành vũ trụ
운	luck	運	运气	vận may
운영	operation, management	運営	运营	sự vận hành, điều hành
운영비	operating cost	運営費	运营成本	chi phí vận hành

어휘	영어	일본어	중국어	베트남어
운영하다	operate, manage	運営する	运营	vận hành, điều hành
운전면허	driver's license	運転免許	驾驶执照	giấy phép lái xe
운전자	driver	運転者	驾驶员	người lái xe, tài xế
움직임	movement	動き	移动	sự di chuyển, sự chuyển động
원격	remote	遠隔	远程	từ xa
원격 의료	telemedicine, remote healthcare	遠隔医療	远程医疗	khám chữa bệnh từ xa
원래	originally, by nature	元々	原来	vốn dĩ
원료	raw materials	原料	原料	nguyên liệu thô
원리	principle	原理	原理	nguyên lý
원본	original	原本	原本	bản gốc
원소	element	元素	元素	nguyên tố
원시	primitive	原始	原始	nguyên thủy
원인	cause, reason	原因	原因	nguyên nhân
웹툰	webtoon	ウェブ漫画	网页漫画	webtoon
위기종	endangered species	絶滅危惧種	濒危物种	loài nguy cấp
위로하다	comfort	慰める	安慰	an ủi, động viên
위반	violation	違反	违反	vi phạm
위안	consolation, comfort	慰め	安慰	sự khuây khoả
위원회	committee	委員会	委员会	ủy ban
위조지폐	counterfeit bill, forged banknotes	偽札	假钞	tiền giả
위주	focused	中心、主に	为主	tập trung vào
위태롭다	endanger, critical	危うい	危险	nguy hiểm
위하다	for	〜のために	为了	vì, cho

어휘	영어	일본어	중국어	베트남어
위험성	risk	危険性	风险	tính nguy hiểm
위협	threat	脅威	威胁	mối đe dọa
유기농	organic farming, organic (chemical-free)	有機農	有机	nông nghiệp hữu cơ
유기물	organic matter	有機物	有机物	chất hữu cơ
유네스코 세계기록유산	UNESCO Memory of the World Program(documentary heritage)	ユネスコ世界記録遺産	联合国世界记忆名录	di sản tư liệu thế giới của UNESCO
유도하다	guide, lead	誘導する	引导	dẫn dắt, điều khiển
유럽	Europe	ヨーロッパ	欧洲	Châu Âu
유심히	carefully, attentively	注意深く	留意	tỉ mỉ
유아	infant	幼児	幼儿	trẻ sơ sinh, trẻ nhỏ
유일하다	unique, only	唯一だ	唯一的	duy nhất
유적	archaeological site, relic	遺跡	遗迹	di tích khảo cổ
유지하다	maintain, sustain	維持する	维持	duy trì
유충	larva	幼虫	幼虫	ấu trùng, sâu non
유통	distribution	流通	流通	lưu thông
육식	carnivory, meat diet	肉食	肉食	ăn thịt
육지	land	陸地	陆地	đất liền
윤리성	ethics	倫理性	伦理性	tính đạo đức
윤택하다	radiant, glowing	潤う、潤沢だ	光亮	mịn màng, bóng láng
은	silver	銀	银	huy chương bạc
은색	silver color	銀色	银色	màu bạc
은하	galaxy	銀河	银河	ngân hà

어휘	영어	일본어	중국어	베트남어
음	note	音	音	âm
음계	scale	音階	音阶	âm giai
음원	audio source, music	音源	音源	âm bản
읍	Eup(town)	邑(村)	邑（乡镇）	ấp
응급 처치	first aid, emergency treatment	応急処置	急救处理	sơ cứu, cấp cứu
의견	opinion	意見	意见	ý kiến
의료 장비	medical equipment, healthcare device	医療機器	医疗器械	thiết bị y tế
의무화되다	become mandatory	義務化される	成为义务	được nghĩa vụ hóa
의무화하다	make mandatory	義務化する	义务化	được nghĩa vụ hóa
의상	outfit, costume	衣装	服装	trang phục, y phục
의식	spirit	意識	意识	ý thức
의식	ceremony	儀式	仪式	nghi lễ
의식주	basic necessities of life (food, clothing, and shelter)	衣食住	衣食住	những yếu tố cơ bản của cuộc sống (ăn, mặc, ở)
의심되다	be suspected	疑われる	怀疑, 疑心	bị nghi ngờ
의학계	medical field	医学界	医学界	giới y học
의학적	medical	医学的	医学	thuộc về y học
이내	within	以内	以内	trong vòng
이동하다	migrate	移動する	移动	di chuyển
이론가	theorist	理論家	理论家	nhà lý luận
이루다	achieve, accomplish	達成する	达成	đạt được
이르다	reach, arrive at	達する	达到	đạt đến
이미지	image	イメージ	形象	hình ảnh

어휘	영어	일본어	중국어	베트남어
이민	immigration	移民	移民	di dân
이상	beyond	以上	以上	vượt quá, trên, hơn
이수하다	complete	履修する	完成, 修完	hoàn thành khóa học
이슈	issue	イシュー	问题	vấn đề
이식	transplant	移植	移植	sự cấy ghép
이식하다	transplant	移植する	移植	cấy ghép
이어폰	earphones	イヤホン	耳机	tai nghe
이완	relaxation, relief	弛緩、緩和	缓解	thư giãn
이음 교육	connection-based education	つなぎ教育	连接的教育	giáo dục dựa trên kết nối
이익	profit, gain	利益	利益	lợi nhuận
이전하다	relocate, move	移転する	迁移	di dời, chuyển đi
이집트	Egypt	エジプト	埃及	Ai Cập
이탈리아	italy	イタリア	意大利	nước ý
이하	less than	以下	一下	ít hơn, dưới
익충	beneficial insect	益虫	益虫	côn trùng có lợi
인간	human, mankind	人間	人	con người
인공	artificial	人工	人工	nhân tạo
인공지능	AI (Artificial Intelligence)	人工知能	人工智能	AI (trí tuệ nhân tạo)
인구	population	人口	人口	dân số
인기를 끌다	attract attention	人気を集める	有人气	thu hút sự chú ý
인력	personnel, staff	人材	人力	nhân sự, nhân viên
인류	humanity, mankind	人類	人类	nhân loại

어휘	영어	일본어	중국어	베트남어
인명	human lives	人命	人命	tính mạng con người
인쇄본	printed book	印刷本	印刷本	bản in
인수	acquisition	買収	收购	việc mua lại
인수하다	acquire	買収する	收购	mua lại, thâu tóm
인식하다	recognize	認識する	认识到	nhận thức
인정되다	be acknowledged, be recognized	認められる	承认	được công nhận
인정받다	acknowledged, recognized	認められる	被认可	được công nhận
인지 기능	cognitive function, mental function	認知機能	认知功能	chức năng nhận thức
일광	sunlight	日光	日光	ánh sáng mặt trời
일대	area, zone	一帯	一带	khu vực, vùng
일반	general, ordinary	一般	一般	chung, thông thường
일상	daily life	日常	日常	hàng ngày, thường ngày
일수	number of days	日数	天数	số ngày
일으키다	cause	引き起こす	引起	gây ra
일자리	jobs, employment	仕事、就職先	工作岗位	công việc, việc làm
일정	schedule	日程	日程	lịch trình
일정하다	be constant, be regular	一定だ	固定的	nhất định, đều đặn
일컫다	refer to	称する、〜と呼ぶ	称为	gọi là
일터	workplace	職場、仕事場	工作单位	nơi làm việc
일환	part	一環	一环	một phần
일회용	disposable	使い捨て	一次性	dùng một lần

어휘	영어	일본어	중국어	베트남어
일회용품	disposable item, single-use product	使い捨て用品	一次性用品	đồ dùng một lần
임금	wages, salary	賃金	工资	tiền công, lương
입국	entry, entrance	入国	入国	nhập cảnh
입냄새	bad breath, halitosis	口臭	口臭	hôi miệng
입력하다	input, enter	入力する	输入	nhập vào
입장	position, stance	立場	立场	lập trường, quan điểm
입장권	admission ticket	入場券	入场券, 门票	vé vào cửa
입히다	coat, dress	塗る	涂上	phủ lên, mặc vào
잇다	connect	つなぐ、つづける	连接	kết nối
자가면역질환	autoimmune disease	自己免疫疾患	自身免疫性疾病	bệnh tự miễn
자극적	strong, sharp-tasting	刺激的	刺激的	kích thích, mạnh
자금	funds	資金	资金	vốn, tiền vốn
자기장	magnetic field	磁場	磁场	từ trường
자녀	child	子ども	子女	con cái
자동 심장 충격기	AED (Automated External Defibrillator)	AED(自動体外式除細動器)	自动体外除颤器	máy khử rung tim tự động (AED)
자라다	grow	育つ、成長する	生长	lớn lên
자랑스럽다	proud	誇らしい	骄傲, 自豪	tự hào
자리매김하다	establish a position, secure a place	定着する	占据一席之地	thiết lập vị trí
자립	self-reliance	自立	自力更生	tự lập, tự chủ
자세	attitude	姿勢	姿态	tư thế
자아	self, ego	自我	自我	bản ngã, cái tôi
자연	nature	自然	自然	thiênnhiên, tựnhiên

어휘	영어	일본어	중국어	베트남어
자원	resources	資源	资源	tài nguyên, nguồn lực
자유롭다	free	自由だ	自由	tự do
자율 이동	autonomous movement	自律移動	自主移动	tự di chuyển
자전	rotation	自転	自转	sự tự quay quanh mình
자체	self, own	自体	本身	tự thân
작동	operation	作動	运转, 工作	hoạt động
작물	crops	作物	作物	cây trồng, hoa màu
잔인하다	cruel, atrocious	残酷だ	残忍	tàn nhẫn, độc ác
잠자리	dragoncly	トンボ	蜻蜓	chuồn chuồn
잡곡	mixed grains	雑穀	杂粮	ngũ cốc chỗn hợp, các loại hạt
잡아먹다	prey on	捕まえて食べる	捕食	ăn thịt, săn mồi
잡혀가다	get caught	捕まる	被抓走	bị bắt, bị tóm
장기	organ	臓器	器官	nội tạng
장기적	long-term	長期的	长期的	tính dài hạn, lâu dài
장끼	cockpheasant	ヤマドリ	雄雉	trĩ đực
장독대	Jangdokdae (Korean traditional clay jar stand)	ジャンドクデ(かめ置き場)	酱缸台	Jangdokdae (chỗ để hũ tương)
장류	fermentedsauces(e.g., soybean paste, red pepper paste)	味噌類	发酵调味品 (大酱, 辣椒酱等)	các loại nước sốt lên men (ví dụ:tương đậu nành, tương ớt)
장르	genre	ジャンル	体裁	thể loại
장만하다	purchase, prepare	準備する	置办	chuẩn bị, sắm sửa

어휘	영어	일본어	중국어	베트남어
장벽	barrier	障壁	障碍	rào cản
장비	equipment	装備	装备	trang bị, thiết bị
장신구	accessory, jewelry	装具、アクセサリー	装饰品	trangsức, phụkiện
장애	disability	障害	障碍, 残疾	khuyết tật
장애인	disabled person, person with disability	障がい者	残疾人	người khuyết tật
장인	craftsman	職人	工匠	nghệ nhân
장점	advantage, strength	長所	优点	ưuđiểm, thếmạnh
재고용	rehire	再雇用	返聘, 再雇佣	việc thuê lại
재고용하다	rehire	再雇用する	返聘, 再雇佣	thuê lại
재능	talent	才能	才能	tài năng, năng khiếu
재다	tomeasure	測る	测量	đo đạc
재생되다	be replayed	再生される	重现	được tái hiện
재정	finance, financial affairs	財政	财政	tài chính
재택	home care, home-based	在宅	居家	tại nhà
재활	rehabilitation, recovery	リハビリ	康复	sự phục hồi chức năng
재활용하다	recycle, reuse	再利用する	回收再利用	tái chế, tái sử dụng
저소득층	low-income group	低所得層	低收入人群	tầng lớp thu nhập thấp
저하	decline, deterioration	低下	低下	sự suy giảm
적극적	active, proactive	積極的	积极的	tích cực, chủ động
적립하다	accumulate	積み立てる	积累	tích lũy
적성	aptitude	適性	资质	năng khiếu

어휘	영어	일본어	중국어	베트남어
적용	apply	適用	适用	áp dụng
적응하다	adapt	適応する	适应	thích nghi
적정	appropriate, suitable	適正	合适	thích hợp, phù hợp
적조현상	red tide	赤潮現象	赤潮现象	hiện tượng tảo đỏ
전달하다	deliver	伝える	传达	truyền đạt
전략	strategy	戦略	战略	chiến lược
전망	outlook, forecast	見通し	前景	triển vọng, dự báo
전문	specialist, expert	専門	专门	chuyên môn
전문가	expert, specialist	専門家	专家	chuyên gia
전문성	expertise, professionalism	専門性	专业水平	tính chuyên môn
전반적	overall, comprehensive	全般的	全面的	toàn diện, tổng thể
전산 시스템	computer system	電算システム	计算机系统	hệ thống máy tính
전속력	at full speed	全速力	全速	tốc độ tối đa, hết tốc lực
전역	entire area, nationwide	全域	全国范围	toàn bộ khu vực
전용	exclusively for	専用	专用	dành riêng
전자책	e-book	電子書籍	电子书	sách điện tử, ebook
전쟁	war	戦争	战争	chiến tranh
전통	tradition	伝統	传统	truyền thống
전통 문화	traditional culture	伝統文化	传统文化	văn hóa truyền thống
전파	broadcast signal	電波	广播信号	sóng truyền hình
전환하다	switch, transition	転換する	转变	chuyển đổi

어휘	영어	일본어	중국어	베트남어
절감되다	be reduced	節減される	节省	được tiết kiệm
절감하다	reduce, cut	節減する	节省	tiết kiệm, cắt giảm
절대	absolute	絶対(に)	绝对	tuyệt đối
절벽	cliff	崖、絶壁	悬崖	vách đá
젊다	young	若い	年轻	trẻ, trẻ tuổi
젊은이	youth	若者	年轻人	thanh niên, giới trẻ
점유율	market share	シェア	市场占有率	thị phần
접근성	accessibility	アクセス	可达性, 便利性	khả năng tiếp cận
접근하다	access, approach	接近する	接近	tiếp cận
접수하다	register, receive	受付する	申请, 受理	đăng ký, tiếp nhận
접어들다	enter, get into	入り込む	进入	bước vào, tiến vào
접하다	encounter	接する	接收	tiếp xúc, tiếp cận
젓갈	salted seafood, fermented seafood	塩辛	鱼虾酱类	hải sản muối
젓갈류	Jeotgal, salted seafood	塩辛類	鱼虾酱类	Jeotgal (hải sản ướp muối)
정규직	permanent position, full-time	正社員	正式员工	nhân viên chính thức
정면	front	正面	正面	chính diện
정보	information, data	情報	信息	thông tin
정복하다	conquer, overcome	征服する、克服する	征服	chinh phục
정부	government	政府	政府	chính phủ
정비	repair	整備	修理	sửa chữa
정비업소	repair shop	整備業者	修理厂	xưởng sửa chữa

어휘	영어	일본어	중국어	베트남어
정성	sincerity, devotion	真心	诚意	sự chân thành, tận tâm
정신적	mental	精神的	精神的	thuộc về tinh thần, tâm lý
정지되다	stop, cease	停止する	停止	dừng lại
정치	politics, political affairs	政治	政治	chính trị
정치인	politician	政治家	政治家	chính trị gia
정품	genuine	正規品	真品	hàng thật, chính hãng
정해지다	be get decided, be fixed	定められる	固定的	được quyết định, được ấn định
정확성	accuracy	正確性	准确性	tính chính xác
정확히	exactly, precisely	正確に	准确地	chính xác, đúng đắn
제거하다	eliminate, remove	排除する、除去する	排除	loại bỏ
제공되다	be provided	提供される	提供	được cung cấp
제공받다	be provided	提供を受ける	被提供	được cung cấp
제공하다	provide	提供する	提供	cung cấp
제국	empire	帝国	帝国	đế quốc
제기하다	raise, bring up	提起する	提出	đề xuất, nêu ra
제대로	properly, correctly	ちゃんと	顺利地, 圆满地	đúng cách, chỉnh tề
제도	system, policy	制度	制度	chế độ
제물	sacrifice	供え物	祭品	vật tế lễ
제사	ancestral rite, memorial ceremony	祭祀	祭祀	cúng giỗ
제시하다	suggest	提示する	提出	đề xuất
제안하다	suggest	提案する	提出	đề xuất
제작되다	be produced, made	製作される	制作	được chế tạo

어휘	영어	일본어	중국어	베트남어
제작하다	produce, make	製作する	制作	chế tạo
제조법	manufacturingmethod, recipe	製造法	制造方法	phương pháp chế tạo
제철	seasonal	旬(の食材)	当季	theo mùa, đúng mùa
제출	submit	提出	提交	nộp, đệ trình
제품	product, goods	製品	产品	sản phẩm
제한하다	restrict	制限する	限制	hạn chế
조각	piece	かけら	块	mảnh, miếng
조개	shell, clam	貝	贝，蛤蜊	vỏ sò, con sò
조건	condition, requirement	条件	条件	điều kiện
조리하다	cook, prepare food	調理する	烹饪	nấu ăn, chế biến
조선	Joseon dynasty	朝鮮	朝鲜	triều đại Joseon
조성	creation, development	造成	营造	xây dựng, tạo dựng
조성하다	create, develop	造成する	营造	tạo ra
조절되다	regulated, controlled	調整する	调整	được điều chỉnh
조정	adjustment	調整	调整	điều chỉnh
조종	control, operate	操縦	操作	điều khiển
조치	measures, action	措置	措施	biện pháp, hành động
조화	harmony	調和	协调	sự hài hòa
존재하다	exist, be present	存在する	存在	tồn tại
존중하다	respect	尊重する	尊重	tôn trọng
종가	the head family	宗家	宗家	dòng họ chính
종교	religion	宗教	宗教	tôn giáo
종료되다	be over	終了する	结束	kết thúc

어휘	영어	일본어	중국어	베트남어
종주	walk along the (mountain) ridges	縦走	纵贯	đi dọc theo (sườn núi)
좌석	seats	座席	座位	chỗ ngồi
주거비	housing cost	住居費	住房费用	chi phí nhà ở
주관적	subjective, personal	主観的	主观的	chủ quan
주기적	periodic, cyclical	周期的	定期	định kỳ
주도하다	take the lead	主導する	主导	dẫn dắt, chủ trì
주둔하다	be stationed	駐屯する	驻扎	đóng quân
주먹	fist	拳	拳头	nắm đấm
주목받다	attract attention	注目される	被关注	thu hút sự chú ý
주민	resident	住民	居民	cư dân
주성분	main ingredient, active ingredient	主成分	主要成分	thành phần chính
주식	staple food, main food	主食	主食	món ăn chính, lương thực chính
주요	main, major	主要な	主要	chính, chủ yếu
주유소	gas station	ガソリンスタンド	加油站	trạm xăng, cây xăng
주의	caution	注意	注意	sự chú ý
주의하다	be cautious, watch out	注意する	注意	chú ý
주재료	main ingredient	主材料	主要材料	nguyên liệu chính
주택	housing	住宅	住宅	nhà ở, nhà cửa
줄기	stem	茎	茎	thân cây
줄어들다	decrease, shrink	減る	减少	giảm đi, thu hẹp
중고	secondhand, used-one	中古	二手	đồ cũ
중도	midway	中途	中途	giữa chừng
중독	addiction	中毒	上瘾	nghiện, nhiễm độc

어휘	영어	일본어	중국어	베트남어
중력	gravity	重力	重力	trọng lực
중립적	neutral	中立的	中立的	trung lập
중반	mid-term	中盤	中期	giữa
중부	central region	中部	中部	miền trung
중소기업	small and medium enterprises	中小企業	中小企业	doanh nghiệp vừa và nhỏ
중심	center	中心	中心	trung tâm
중앙아메리카	Central America	中央アメリカ	中美洲	Trung Mỹ
중요성	importance	重要性	重要性	tầm quan trọng
중점	focus	重点	重点	trọng tâm
즉	in other words, that is	すなわち	即, 也就是	tức là, có nghĩa là
즉시	immediately	即時に	马上	ngay lập tức
증가	increase	増加	增加	sự tăng lên
증가하다	increase, expand	増加する	增加	tăng lên
증명되다	be proven	証明される	证明	được chứng minh
증상	symptom	症状	症状	triệu chứng
증식	breeding, propagation	増殖	增殖	sinh sôi
지구	earth	地球	地球	trái đất
지구 온난화	global warming	地球温暖化	全球变暖	sự nóng lên toàn cầu
지급하다	pay	支給する	支付	chi trả, thanh toán
지나치다	be excessive, go too far	行き過ぎる、度を超える	过分	quá mức, đi quá xa
지니다	have, keep	持つ、携える	具有	có, giữ, mang
지리산	Jirisan mountain, Mt. Jirisan	智異山	智异山	núi Jirisan

어휘	영어	일본어	중국어	베트남어
지방	fat	脂肪	脂肪	chất béo, mỡ
지배자	ruler	支配者	支配者	nhà cầm quyền
지붕	roof	屋根	屋顶	mái nhà
지상파	terrestrial broadcasting	地上波	地面广播	truyền hình mặt đất
지속	continue, sustain	持続	持续	liên tục
지속적	continuous, sustained	持続的	持续的	tính liên tục
지시하다	direct	指示する	指示	chỉ thị
지식	knowledge	知識	知识	kiến thức, tri thức
지역	area, region	地域	区域	khu vực, vùng
지용성	fat-soluble	脂溶性	脂溶性	tan trong chất béo
지원	support	支援	支援	hỗ trợ
지원하다	apply, support	支援する	支援	đăng ký, hỗ trợ
지자체	localgovernment	自治体	地方政府	chính quyền địa phương
지정되다	be designated	指定される	指定	được chỉ định
지진	earthquake	地震	地震	động đất
지층	geological layer	地層	地层	địa tầng, tầng địa chất
지표면	earth's surface	地表面	地球表面	bề mặt trái đất
지형	terrain	地形	地形	địa hình
직장인	office worker	会社員	上班族	nhân viên văn phòng, người đi làm
직지심체요절	Jikji Simche Yojeol(Anthology of great buddhist priests' Zen teachings)	直指心体要節	直指心体要节	Jikji Simche Yojeol (tuyển tập các bài giảng thiền của các vị cao tăng)

어휘	영어	일본어	중국어	베트남어
진동	vibration	振動	振动	sự rung động
진로	career path	進路	职业规划	định hướng nghề nghiệp
진료	treatment, medical consultation	診療	诊疗	việc khám chữa bệnh
진료하다	provide treatment, treat	診療する	诊疗	khám chữa bệnh
진행되다	be held	進行される、行われる	进行	được tiến hành
진흙탕 싸움	mud fight	マッドファイト	泥浆大战	trận chiến bùn lầy
질	quality	質	质量	chất lượng
질병	disease, illness	病気	疾病	bệnh tật
질산염	nitrate	硝酸塩	硝酸盐	nitrate
질투하다	envy	嫉妬する	嫉妒	ghen tị
짊어지다	bear, carry	背負う	背	vác, gánh
집성촌	clan village(A village where people with the same family name live together)	同族村	宗族村	làng cùng họ
집안	household	家系	家庭	gia đình
집어넣다	put in	入れる	放入	cho vào, bỏ vào
집중	focus	集中	集中	tập trung
집집마다	in every household	各家庭	家家户户	trong mỗi gia đình, mọi nhà
집터	housestead	住居跡	宅地	nền nhà
징역	imprisonment	懲役	徒刑	tù giam
짚라인	zipline	ジップライン	高空飞索	zipline (đu dây mạo hiểm)
쨍쨍하다	(sound)piercing, sharp	カンカンとした	响亮	chói tai
쫓겨나다	be expelled, be ousted	追われる	被赶走	bị đuổi, bị trục xuất

어휘	영어	일본어	중국어	베트남어
찢어지다	be torn, be ripped	破れる	撕破	bị rách
차별	discrimination	差別	差别	sự phân biệt đối xử
차이	difference, disparity	違い	差异	sự khác biệt
착용하다	wear, put on	着用する	穿戴	đội, mặc, đeo
찬송가	hymn	賛美歌	赞歌	thánh ca
참가	participation	参加	参加	sự tham gia
참가자	participant, entry	参加者	参加者	người tham gia
참가하다	participate in	参加する	参加	tham gia
참기름	sesame oil	ごま油	香油	dầu mè
참새	sparrow	スズメ	麻雀	chim sẻ
참여	participation	参加	参与	sự tham gia, tham dự
참여하다	takepartin, participate	参加する	参加	tham gia, tham dự
창출하다	create, generate	創出する、創造する	创造出	sáng tạo
창피하다	embarrassed	恥ずかしい	丢脸	xấu hổ, mắc cỡ
채용	recruit, hire	採用	雇佣	tuyển dụng
채찍	whip	鞭	鞭子	cái roi
책임지다	take responsibility	責任を負う	承担责任	chịu trách nhiệm
처리장	treatment center	処理場	处理场	nhà máy xử lý, trạm xử lý
처리하다	handle	処理する	处理	xử lý, giải quyết
처벌	punishment	処罰	处罚	sự xử phạt, hình phạt
척추	spine, backbone	脊椎	脊椎	cột sống
철새	migratory bird	渡り鳥	候鸟	chim di cư
철학	philosophy	哲学	哲学	triết học

어휘	영어	일본어	중국어	베트남어
첨가	addition	添加	添加	thêm vào
청계천	Cheonggyecheon stream	清渓川	清溪川	suối Cheonggyecheon
청구하다	claim	請求する	申请, 要求	yêu cầu
청동기	bronze age	青銅器	青铜器	thời đại đồ đồng
체결하다	sign, conclude	締結する	缔结	ký kết
체계	system	体系	系统	hệ thống
체계적	systematic	体系的	系统的	có hệ thống
체내	in the body	体内	体内	trong cơ thể
체력 소모	loss of stamina	体力消耗	体力消耗	tiêu hao thể lực
체류하다	stay	滞在する	滞留	lưu trú
체중	(body) weight	体重	体重	cân nặng
체험형	experiential, hands-on	体験型	体验型	mang tính trải nghiệm
체형	body type	体型	体型	dáng người
초가집	thatched-roof house	草ぶき屋根の家	草房	nhà tranh mái lá
초과하다	exceed	超える	超过	vượt quá
초록불	green light	青信号	绿灯	đèn xanh
초반	early stage, beginning	初期	初期	giai đoạn đầu
초식	herbivory, vegetables diet	草食	草食	ăn cỏ, ăn thực vật
촉진시키다	accelerate, promote	促進させる	促进	thúc đẩy, đẩy nhanh
촉촉하다	moist	しっとりする	湿润	ẩm ướt
최대	maximum, the biggest	最大	最大	tối đa
최상위	top-level, apex	最上位	最高位	cấp độ cao nhất, vị trí cao nhất
최소	minimum, least	最小	最少	tối thiểu

어휘	영어	일본어	중국어	베트남어
최소화하다	minimize	最小化する	最小化	tối thiểu hóa
최종	final	最終	最终	cuối cùng
최초	the first, the initial	最初、最初の	最初	đầu tiên
추가	additional	追加	追加	bổ sung
추가되다	be added	追加される	追加	được thêm vào
추구하다	pursue	追求する	追求	theo đuổi
추세	trend, tendency	趨勢、トレンド	趋势	xu hướng
추억	memory	思い出	回忆	kỷ niệm, hồi ức
추진하다	promote, push forward	推進する	推进	thúc đẩy
축척	accumulation	縮尺	比例尺	tỉ lệ rút gọn
출시하다	launch	発売する、リリースする	上市	ra mắt, phát hành
충격	shock, impact	衝撃	冲击	sốc, va đập
충분하다	sufficient, enough	十分だ	充足	đầy đủ
충분히	sufficiently, enough	十分に	充分	một cách đầy đủ
충청남도	Chungcheongnam-do	忠清南道	忠清南道	tỉnh Chung cheong nam-do
취득하다	acquire	取得する	取得	đạt được
취사	cooking	炊事	做饭	nấu ăn
취업	employment, get a job	就職	就业	tìm việc làm
취업하다	be employmed, get a job	就職する	就业	tìm được việc làm, được tuyển dụng
취하다	take	取る	采取	thực hiện, áp dụng
측정하다	measure	測定する	测量	đo đạc
치료	treatment	治療	治疗	điều trị
치료사	therapist	セラピスト、治療士	治疗专家	chuyên viên trị liệu

어휘	영어	일본어	중국어	베트남어
치료제	medicine	治療薬	药品	thuốc điều trị
치매	dementia	認知症	痴呆	chứng mất trí nhớ
치명적	critical, fatal, deadly	致命的	致命的	chí mạng
치수	size, measurement	寸法	尺码	kíchthước, sốđo
치아	tooth	歯	牙齿	răng
치열하다	intense	熾烈だ	激烈	khốc liệt
치우다	clean up, remove	片付ける	清理	dọn dẹp
치유	healing	癒し、治癒	治愈	chữa lành, trị liệu
치켜올리다	lift	持ち上げる	举起	giơ lên cao
칙령	decree, imperial order	勅令	敕令	sắc lệnh
친환경	eco-friendly	エコ	环保的	thân thiện với môi trường
침	saliva	唾	唾液	nước bọt
침체	recession	低迷、停滞、沈滞	停滞	suy thoái
침해	violation	侵害	侵犯	sự xâm phạm
카레이서	race car driver	カーレーサー	赛车手	vận động viên đua xe
캠프	camp	キャンプ	营地	trại
캥거루족	Kangaroo tribe, failson (people who depend on their parents either financially or emotionally or both.)	カンガルー族	啃老族	thế hệ Kangaroo (những người phụ thuộc vào cha mẹ về tài chính hoặc tình cảm, hoặc cả hai)
커뮤니티	community	コミュニティ	社区	cộng đồng
커지다	grow, get bigger	大きくなる	变大	lớn lên, tăng lên
케이블	cable	ケーブル	电缆	cáp

어휘	영어	일본어	중국어	베트남어
코코넛	coconut	ココナッツ	椰子	dừa
콘텐츠	content	コンテンツ	内容	nội dung
쿠텐베르크	Gutenberg	グーテンベルク	古腾堡	gutenberg
타이어	tire	タイヤ	轮胎	lốp xe
탄생	birth	誕生	诞生	sự ra đời
탄성을 지르다	exclaim	感嘆する	发出感叹	thốt lên
탄소	carbon	炭素	二氧化碳	cacbon
탐방	visit, exploration	探訪	探访	tham quan, khám phá
탐방객	visitor, tourist	観光客	访客	du khách
탐사하다	explore	探査する	勘查	thăm dò, khám phá
탐색하다	explore	探索する	探索	tìm kiếm, tìm tòi
태양	sun	太陽	太阳	mặt trời
태풍	typhoon	台風	台风	bão
턱없다	ridiculous	ありえない	过分的	vô lý
털다	dust	払う	掸, 抖	phủi bụi
털썩	thud	どさっと	噗通	bịch, phịch
텀블러	tumbler, reusable cup	タンブラー	保温杯	bình giữ nhiệt
테라스	terrace	テラス	露台	ban công, sân thượng
테티스	Tethys	テティス	忒提斯	thần Tethys
텐트	tent	テント	帐篷	lều
톱밥	sawdust	おがくず	木屑	mùn cưa
통과	pass	通過	通过	thông qua
통제하다	control	統制する	控制	khống chế

어휘	영어	일본어	중국어	베트남어
통조림	canned food	缶詰	罐头	đồ hộp
통증	pain	痛み	疼痛	cơn đau
통하다	pass through, be connected	通じる	通	thông qua
통합적	integrative, holistic	統合的	综合的	tổng hợp
퇴비	compost	たい肥	堆肥	phân chuồng
퇴적물	sediment	堆積物	沉积物	trầm tích, vật liệu lắng đọng
퇴직금	severance pay, retirement pay	退職金	退职金	tiền trợ cấp thôi việc, tiền hưu trí
퇴직자	retiree	退職者	退休人员	người về hưu
튀기다	to fry, to splatter	揚げる	炸	chiên, rán
트램	tram	路面電車	有轨电车	xe điện bánh sắt
트리 클라이밍	tree climbing	ツリークライミング	爬树	leo cây
특성	characteristic, trait	特性	特征	đặc tính, đặc điểm
특수	specific, special	特殊	特殊	đặc thù
특수하다	special, unique	特殊だ	特殊	đặc biệt, độc đáo
특이하다	be unusual	特異だ	与众不同	đặc biệt, khác thường
특정	specific	特定	特定	cụ thể, đặc trưng
특정하다	specified	特定する	特定的	xác định
팀원	team member	チームメンバー	队员	thành viên đội
파괴되다	be destroyed	破壊される	破坏	bị phá hủy
파리	fly	ハエ	苍蝇	ruồi
파악하다	grasp, understand	把握する	把握	nắm bắt
파피루스	papyrus	パピルス	纸莎草纸	giấy cói

어휘	영어	일본어	중국어	베트남어
판별하다	determine, distinguish	判別する	判别	phân biệt, xác định
판정	decision	判定	判定	phán quyết
팔뚝	forearm, upper arm	二の腕	手臂	bắp tay
팔자	destiny, fate	運命	八字, 命运	số phận
퍼내다	scoop	汲み出す	舀出	múc ra, xúc ra
페달	pedal	ペダル	踏板	bàn đạp
편찬되다	compiled	編纂される	编译	được biên soạn
펼쳐지다	unfold	繰り広げられる	展现	mở ra, diễn ra
평가하다	evaluate, assess	評価する	评价	đánh giá
평균	average	平均	平均	trung bình
평등	equality	平等	平等	bình đẳng
평지	flat land	平地	平地	đất bằng, đồng bằng
폐	lung, respiratory organ	肺	肺	phổi
폐업하다	close down, cease operations	廃業する	倒闭	đóng cửa, ngừng hoạt động
폐지되다	be abolished	廃止される	被废除	bị hủy bỏ
포기하다	give up	放棄する、諦める	放弃	từ bỏ, bỏ cuộc
포식자	predator	捕食者	捕食者	động vật ăn thịt, kẻ săn mồi
포용하다	embrace, tolerate	受け入れる	包容	bao dung
포장재	packaging material	包装材	包装材料	vật liệu đóng gói
포함되다	be included	含まれる	包含	được bao gồm
포함하다	include, contain	含む	包含	bao gồm
폭설	heavy snowfall	大雪	暴雪	tuyết rơi dày

어휘	영어	일본어	중국어	베트남어
폭염	heat wave	猛暑	酷暑	nắng nóng gay gắt
표기하다	notate	表記する	标记	ký hiệu
표면	surface	表面	表面	bề mặt
표시	sign	表示	标示	biển báo, dấu hiệu
표현	expression	表現	表达	sự diễn đạt, biểu hiện
푸른바다거북	Green sea turtle (Chelonia mydas)	アオウミガメ	绿海龟	rùa biển xanh
풍부하다	abundant, plentiful	豊かだ	丰富	phong phú
풍성하다	ample	豊かだ、ふんだんだ	充足	đầy đặn, phong phú
풍자	satire	風刺	讽刺	châm biếm
프로 야구	professional baseball	プロ野球	职业棒球	bóng chày chuyên nghiệp
프로그램	show, program	番組	节目	chương trình
플라스틱	plastic	プラスチック	塑料	nhựa
플랫폼 노동	platform labor	プラットフォーム労働	网络平台就业	lao động nền tảng
피난처	shelter	避難所	避难所	nơi trú ẩn
피부	skin	肌	皮肤	da
피해	damage, harm	被害	受害, 受损失	thiệt hại
필수	essential	必須	必须	thiết yếu
필수적	essential	必須の	必要的	một cách thiết yếu
필요성	necessity	必要性	必要性	tính cần thiết
하계	summer	夏季	夏季	thế vận hội mùa hè
하의	bottom (clothing)	下衣(ズボン・スカートなど)	下衣	quần (phần dưới của trang phục)

어휘	영어	일본어	중국어	베트남어
하필	of all times, why on earth	よりによって	偏偏	cớ sao
학교 폭력	school violence, bullying	校内暴力、いじめ	校园暴力	bạo lực học đường
학부모	parents, school parents	保護者	家长	phụ huynh
학습자	learner	学習者	学习者	học viên
학습하다	learn, study	学習する	学习	học tập
학업	academic	学業	学业	việc học
한 올	one thread	一本	一针一线	một sợi
한끼	one meal	一食	一餐	một bữa ăn
한마디	one word	一言	一句话	một lời
한복	Hanbok (traditional Korean clothes)	韓服(韓国の伝統衣装)	韩服(韩国传统服饰)	Hanbok (quần áo truyền thống Hàn Quốc)
한식	Korean food	韓国料理	韩国料理(韩餐)	đồ ăn Hàn Quốc
한옥	Hanok (traditional Korean house)	韓屋(韓国伝統家屋)	韩屋(韩国传统建筑)	Hanok (nhà truyền thống Hàn Quốc)
한파	cold wave	寒波	寒流	đợt rét đậm
할인하다	offer a discount, discount	割引する	打折	giảm giá, chiết khấu
함께하다	be together	共にする	一起	cùng nhau
합병	merger	合併	合并	việc sáp nhập
합쳐지다	be combined, merged	合併される	合并	được kết hợp
항렬	generation of a clan	行列(ハンリョル)	辈分, 排行	thứ bậc trong dòng họ
항암 효과	anticancer effect, cancer prevention	抗がん効果	抗癌效果	hiệu quả ngăn ngừa ung thư
해갈하다	relieve drought, relieve one's thirst	(渇きを)癒す、干ばつを解消する	缓解	giải hạn, làm hết khát

어휘	영어	일본어	중국어	베트남어
해결하다	solve, resolve	解決する	解决	giải quyết
해골	skull	骸骨	骷髅	đầu lâu
해당	relevant	該当する	相关	có liên quan
해당하다	apply to	該当する	符合, 属于	phù hợp, tương ứng
해롭다	harmful	有害だ	有害	có hại
해먹	hammock	ハンモック	吊床	võng
해상	maritime, at sea	海上	海上	trên biển, hàng hải
해석	interpretation	解釈	解释	diễn giải
해석하다	interpret	解釈する	解释	giải thích, diễn giải
해소하다	remedy, resolve	解消する	消除	giải quyết
해양	ocean, marine	海洋	海洋	đại dương
해조류	seaweed	海藻類	海藻类	loài tảo biển
해초	seagrass	海草	海草	rong biển
해충	harmful insect, pest	害虫	害虫	côn trùng có hại, sâu bệnh
햄	ham	ハム	火腿	thịt hun khói
햇빛	sunlight	日差し	阳光	ánh sáng mặt trời
향	aroma	香り	香味	hương thơm
향상	improvement, advancement	向上	向上, 提升	sự nâng cao
향신료	spice	香辛料	香辛料	gia vị
향하다	head toward, look	向かう	朝着	hướng về
향후	future, ahead	今後	今后	trong tương lai, về sau
허무함	emptiness	虚しさ	空虚	sự trống rỗng

어휘	영어	일본어	중국어	베트남어
헌혈하다	donate blood	献血する	献血	hiến máu
혁신하다	innovate	革新する	改革	đổi mới, cách tân
현대	modern times	現代	現代	hiện đại
현대화	modernization	現代化	現代化	hiện đại hóa
현상	phenomenon	現象	現象	hiện tượng
현지인	local resident	地元民	当地人	người dân địa phương
혈액	blood	血液	血液	máu
혈액형	blood type	血液型	血型	nhóm máu
협력	cooperation	協力	合作	sự hợp tác
협력하다	collaborate, cooperate	協力する	合作	hợp tác
협상하다	negotiate	交渉する	协商	đàm phán
협약	agreement, treaty	協約	协约	hiệp ước
협업	collaboration	協業	合作	sự hợp tác
협조	cooperation	協力	合作	hợp tác
형성되다	be formed	形成される	形成	được hình thành
형성하다	form, devdlop	形成する	形成	hình thành, tạo thành
형태	form, shape	形態	形态	hình dạng, hình thái
혜택	benefit	恩恵、特典	优惠, 福利	lợi ích, ưu đãi
호흡	breathing, respiration	呼吸	呼吸	hô hấp
혼나다	get scolded	叱られる	挨骂	bị la mắng
혼내다	scold	叱る	训斥, 责骂	la mắng
혼동하다	confuse	混同する	混淆	nhầm lẫn
혼란	confusion, chaos	混乱	混乱	hỗn loạn
혼잡	congestion	混雑	拥挤	sự hỗn loạn

어휘	영어	일본어	중국어	베트남어
혼합물	mixture	混合物	混合物	hỗn hợp
홀로그램	hologram	ホログラム	全息图	hologram
홈페이지	homepage, website	ホームページ	网址	trang chủ
화살	arrow	矢	箭	mũi tên
화석	fossil	化石	化石	hóa thạch
화장장	crematorium	火葬場	火葬场	nhà hỏa táng
화재	fire	火災	火灾	hỏa hoạn
화제	topic, news	話題	话题	chủ đề, tin tức
화학	chemistry	化学	化学	hóa học
확대하다	expand, enlarge	拡大する	扩大	mở rộng
확률	probability, likelihood	確率	概率	xác suất
확보	secure	確保	确保	sự đảm bảo
확보하다	secure	確保する	确保	đảm bảo
확인하다	check	確認する	确认	kiểm tra, xác nhận
환경	situation, environment	環境	环境	môi trường
환경개선부담금	environmental improvement charge	環境改善負担金	环境改善费	phí cải thiện môi trường
활동	activity	活動	活动	hoạt động
활발하다	active, vibrant	活発だ	活泼	hoạt bát
활발해지다	become active	活発になる	变得活跃	trở nên hoạt bát
활성화	revitalize	活性化	促进, 激活	kích hoạt
활용되다	be used, be utilized	活用される	充分利用	được tận dụng
활용하다	utilize, make use of	活用する	充分利用	tận dụng
회복	recovery, restoration	回復	恢复	sự phục hồi
회수하다	collect, retrieve	回収する	回收	thu hồi

어휘	영어	일본어	중국어	베트남어
획기적	groundbreaking	画期的	划时代的	mang tính đột phá
횡단보도	crosswalk	横断歩道	人行横道	vạch kẻ đường dành cho người đi bộ
효과	effect, impact	効果	效果	hiệu quả
효과적	effective	効果的	有效的	có hiệu quả
효능	effectiveness	効能	功效	hiệu năng
효율적	efficient, effective	効率的	有效的	năng suất
후기	late period	後期	后期	hậu kỳ
후추	pepper	コショウ	胡椒	hạt tiêu
훼손	damage	毀損、損傷	损坏	sự gây thiệt hại
훼손하다	damage, harm	毀損する、損傷する	破坏	gây thiệt hại
휘다	bend	曲がる	弯曲	cong, uốn cong
휘발유	gasoline	ガソリン	汽油	xăng dầu
흐름	trend	流れ	潮流	xu hướng, dòng chảy
흔적	trace, mark	痕跡	痕迹	dấu vết
흘러가다	flow	流れる	发展, 转变	trôi đi
흙	soil, earth	土	土	đất
흙수저	dirt spoon (a metaphor for people from less privileged backgrounds)	土スプーン(貧困層)	土汤匙 (穷二代)	thìa đất (ẩn dụ cho những người xuất thân từ tầng lớp kém đặc quyền)
흡연	smoking	喫煙	吸烟	hút thuốc
흥미	interest	興味	趣味	hứng thú
흥미롭다	interesting	興味深い	有趣	thú vị, hấp dẫn
희망하다	hope	希望する	希望	hy vọng

어휘	영어	일본어	중국어	베트남어
희생	sacrifice	犠牲	牺牲	hy sinh
힘없이	weakly	力なく	虚弱地	yếu ớt, không có sức

memo